கானுறை வேங்கை

கே. உல்லாஸ் கரந்த்

கானுறை வேங்கை

இயற்கை வரலாறும் பராமரிப்பும்

தமிழில்

சு. தியடோர் பாஸ்கரன்

காலச்சுவடு பதிப்பகம்

Universities Press

சென்டர் ஃபார் ஒயில்ட் லைஃப் ஸ்டடீஸ்

அன்பார்ந்த வாசகருக்கு,

வணக்கம்.

காலச்சுவடு நூலை வாங்கியமைக்கு நன்றி.

நூலின் உள்ளடக்கம், உருவாக்கம், அட்டைப்படம் இன்ன பிற அம்சங்கள் பற்றிய உங்கள் கருத்துகளையும் ஆலோசனைகளையும் காலச்சுவடு வரவேற்கிறது. தகவல், எழுத்து, வாக்கியப் பிழைகள் தென்பட்டால் கட்டாயம் தெரிவித்து உதவுங்கள். நூல் தயாரிப்பில் கடும் குறைபாடு இருப்பின் மாற்றுப் பிரதி உங்களுக்குக் கிடைக்கக் காலச்சுவடு ஏற்பாடு செய்யும்.

மின்னஞ்சல்: *publisher@kalachuvadu.com*

காலச்சுவடு நாகர்கோவில் தலைமையகத்துக்கும் கடிதம் அனுப்பலாம்.

தங்கள்
எஸ்.ஆர். சுந்தரம் (கண்ணன்)
பதிப்பாளர் – நிர்வாக இயக்குநர்

கானுறை வேங்கை ◆ இயற்கை வரலாறும் பராமரிப்பும் ◆ ஆசிரியர்: கே. உல்லாஸ் கரந்த் ◆ தமிழில்: சு. தியடோர் பாஸ்கரன் ◆ © கே. உல்லாஸ் கரந்த் ◆ முதல் பதிப்பு: அக்டோபர் 2006, பத்தாம் பதிப்பு: ஆகஸ்ட் 2023 ◆ வெளியீடு: காலச்சுவடு பப்ளிகேஷன்ஸ் (பி) லிட்., 669 கே. பி. சாலை, நாகர்கோவில் 629001

kaanuRai veenkai ◆ Iyerkai Varalarum Paramarippum ◆ Tamil translation of kee. ullaaas karant's 'The way of the Tiger', Universities Press, Hyderabad, Wildlife Conservation Society ◆ Translated by: S.Theodore Baskaran ◆ © 2005, K. Ullas Karanth ◆ Language: Tamil ◆ First Edition: October 2006, Tenth Edition: August 2023 ◆ Size: Demy 1 x 8 ◆ Paper: 18.6 kg maplitho ◆ Pages: 160 Plus eight colour pages.

Published by Kalachuvadu Publications Pvt. Ltd., 669 K.P. Road, Nagercoil 629001, India ◆ Phone: 91-4652-278525 ◆ e-mail: publications@kalachuvadu.com; Centre for Wildlife Studies, 823, 13th Cross, 7th Block West, Jayanagar, Bangalore - 560 082. Tel: 080-2671 5364 ◆ Fax: 080-26715255, email: info@wcsindia.org ◆ Cover Photo: Taken by radio-camera in Nagerhole © K. Ullas Karanth ◆ Cover Design: Bonnet Designs, Bangalore ◆ Printed at Clicto Print, Jaleel Towers, 42 KB Dasan Road, Teynampet Chennai 600018

ISBN: 978-81-89359-35-5

08/2023/S.No.163, kcp 4633, 18.6 (10) uss

பிரதிபாவிற்கும் கிரித்திக்கும்

உள்ளே...

அறிமுகம்	13
புலிகளை ஏன் பாதுகாக்க வேண்டும்?	17
நீடிக்கும் அபிமானம்	27
புலி தோன்றிய கதை	47
வேட்டைக்கேற்ற உடல்வாகு	57
இரைக்கொல்லியின் சூழியலும் நடத்தையும்	67
ஏகாந்தமாய்... ஆனால் தனியாக அல்ல	83
எத்தனை புலிகள்?	97
பின்வாங்கும் வேங்கை	107
நாம் போற்றும் எதிரி	121
புலியை நம்மால் காப்பாற்ற முடியுமா?	137
புலிகள் இருக்குமிடங்களைக் காட்டும் வரைபடம்	154
புலி பற்றிய விவரங்கள்	155
பொருளடைவு	158

கே. உல்லாஸ் கரந்த்

நீங்கள் இப்புத்தகத்தின் விலையாக அளிக்கும் பணம் இந்தியாவில் புலி பாதுகாப்பிற்கு பயன்படுத்தப்படும்.

கானுறை வேங்கை

கே. உல்லாஸ் கரந்த்

வேங்கை பற்றிய ஆய்விலும் அதற்கான பாதுகாப்பு முயற்சியிலும் பன்னாட்டளவில் முன்னணியில் இருக்கும் உயிரியலாளர்களில் ஒருவர் உல்லாஸ் கரந்த். 1980இலிருந்து காட்டுயிர் பற்றிய ஆய்வுகளில் ஈடுபட்டுவருகிறார். அமெரிக்காவில் உள்ள ஸ்மித்சோனியன் நிறுவனம், ஃபுளோரிடா பல்கலைக்கழகம் மற்றும் மங்களூர் பல்கலைக் கழகம் ஆகியவை மூலம் காட்டுயிர் உயிரியலை முறைப்படி கற்றவர். நாகரஹொளே தேசியப் பூங்காவில் இரைக் கொல்லி – இரைவிலங்கு உறவை ஆய்வு செய்து முனைவர் பட்டத்தைப் பெற்றார். நியூயார்க்கிலுள்ள காட்டுயிர்ப் பாதுகாப்புக் கழகத்தில் விலங்கியலாளராக இருக்கும் இவர் வசிப்பது பெங்களூரில்.

சு. தியடோர் பாஸ்கரன்

1980இல் வெளிவந்த இவரது நூல் *Message Bearers* தமிழ்த்திரை ஆய்வில் முன்னோடிப் புலமை முயற்சியாகக் கருதப்படுகின்றது. தமிழ் சினிமா பற்றிய *The Eye of the Serpent* என்ற நூலுக்காகத் தேசிய விருதான ஸ்வர்ணகமல் விருதை 1997இல் பெற்றார். 2001இல் மிச்சிகன் பல்கலைக்கழகத்தில் தமிழ் சினிமா பற்றிப் போதித்தார். ஜாதவ்பூர், பிரின்ஸ்டன், சிகாகோ, லண்டன் போன்ற பல்கலைக்கழகங்களில் உரையாற்றியிருக்கின்றார். 2003இல் தேசியத் திரைப்பட விருதுகள் தேர்வுக் குழுவில் ஒரு நடுவராக இருந்தார். வாழ்நாள் இலக்கியப்பணிக்காகக் கனடா இலக்கியத் தோட்டம் இவருக்கு இயல் விருதை 2014ஆம் ஆண்டு டொராண்ட்டோவில் வழங்கியது.

அறிமுகம்

வேங்கைகளுடன் ஒரு சந்திப்பு

1994ஆம் வருடம் மே மாதத்தில் ஒரு காலை. கடுங்குளிர். கவிந்திருந்த மூடுபனியினூடே புல் மூடிய காட்டுத் தடத்தில் எனது ஜீப்பை ஓட்டிச் சென்றேன். செடிகொடிகளிலிருந்து பனித்துளிகள் சொட்டிக்கொண்டிருந்தன. காட்டுச்சேவல் ஒன்று தன் சிறகுகளைச் சிலிர்த்தபடி கூவியது. தாழ்வான மரக்கிளையொன்றிலிருந்துகொண்டு கிக்...யா கிக்...கிக் என மற்ற காட்டுச்சேவல்களுக்கு எச்சரிக்கை கொடுத்துக் கொண்டிருந்தது. பிரிட்டீஷ் தொலைக்காட்சியிலிருந்து புலிகளைப் பற்றிய குறும்படம் ஒன்று எடுக்க வந்திருந்த இருவர் என்னுடன் இருந்தனர். நாங்கள் இருந்த இடம் கர்நாடகத்திலுள்ள நாகரஹொளெ காட்டுயிர்ச் சரணாலயம். மேற்குத்தொடர்ச்சி மலைகளின் அடிவாரத்திலுள்ள இயற்கை வளம் கொழிக்கும் இந்தக் காட்டுப் பிரதேசம் புலிகள் வாழ்வதற்கேற்ற இடம். மான்கள், காட்டுப் பன்றிகள் மற்றும் காட்டெருது என புலிகளுக்குத் தேவையான இரை நிறைந்த காடுகள். ஆயினும் நினைத்தபோது இங்கு வேங்கைப் புலி களைக் காணமுடியாது. படமெடுப்பதைப் பற்றிக் கேட்கவே வேண்டாம். வட இந்தியாவிலுள்ள சில சரணாலயங்களில் புலிகளைப் பார்ப்பதும் படமெடுப்பதும் ஓரளவு எளிது. ஏனெனில் அங்கு காடு அடர்த்தியாக இல்லை. புலிகளும் மனித நடமாட்டத்திற்குப் பழகிவிட்டன. ஆனால் நாகரஹொளே யிலுள்ள வேங்கைகளைக் காண்பதுகூட அரிது.

ஆனால் அன்று நடந்ததோ இதற்கு முற்றிலும் மாறாக அமைந்தது. ஒரு மேட்டில் ஏறியபோது, எதிரே சுமார் 75 மீட்டர் தொலைவில் ஒரு பெரிய உருவம் தென்பட்டது. ஒரு பெண்புலி எங்களை நோக்கியபடி நடுப்பாதையில் படுத்திருந்தது. அதன் இரு குட்டிகள் பாதையில் விளையாடிக்

பின்னிப் பிணைந்திருக்கும் இயற்கை வலையின் ஒரு அங்கமே புலி. பொருளாதார, அழகியல் மற்றும் தார்மீகக் காரணங்களுக்காகப் புலியைக் காப்பாற்ற முயற்சி செய்ய வேண்டும். © மாயா ராமசாமி.

கொண்டிருந்தன. மனதைத் தொடும் ஒரு குடும்பச்சித்திரம். புலிகளின் அழுத்தமான மஞ்சள் நிறமும், கருங்கோடுகளும், வெண்திரை போன்ற மூடுபனியினூடே தெரிந்தன. ஜீப்பை நிறுத்தி, என்ஜினையும் அணைத்துவிட்டேன்.

பெண்புலி, எங்கள் மேல் வைத்த கண்ணெடுக்காமலேயே பாதையில் நீட்டிப்படுத்திருந்தது. கலவரப்படாமல் அமைதி யாக இருந்தாலும் எங்களைக் கண்காணித்தபடிதான் இருந்தது. அதன் இரு குட்டிகளும் கவலையற்று புல்தரையில் விளை யாடிக் கொண்டிருந்தன. கிளிகளும் காட்டு மைனாக்களும் ஓசையெழுப்பிக் கொண்டிருந்தன. புலிகள் இருப்பதையறியாமல் அங்கு நடந்து வந்த மயிலொன்று, அவைகளைக் கண்டவுடன் அச்சக் குரலெழுப்பி, எழும்பிப் பறந்து மறைந்தது. இந்தச் சத்தங்களையெல்லாம் கேட்காதது போல புலிகள் இருந்தன. நாற்பது நிமிடங்கள் அங்கேயே இருந்து அந்த வேங்கைக் குடும்பத்தைப் பார்த்துக் கொண்டிருந்தோம். தொலைக்காட்சி நண்பர்கள் இந்த காண்பதற்கரிய காட்சியை வேண்டுமளவுக்கு ஒளிப்பதிவு செய்துகொண்டனர்.

இரண்டு குட்டிப் புலிகளும் விளையாடியவாறே, மெல்ல மெல்ல எங்களுக்கு வெகு அருகில் வந்துவிட்டன. திடீரென்று எதையோ கேட்டு அஞ்சியது போல தாய்ப்புலி எழுந்து ஜீப்பை நோக்கி விரைந்து வந்தது. அது நடந்து வந்த தோரணையைப் பார்த்து எங்கள்மீது பாயப்போகிறது என்பதைத் தெரிந்து கொண்டேன். ஆயினும் பத்து வருடங்களாகப் புலிகளின் வாழ்வு முறைகளை 'அவதானித்துப் பெற்ற பட்டறிவு எனக்கு தைரியம் அளித்தது. ஜீப்பிலிருக்கும்வரை ஆபத்தில்லை. தாய்ப்புலி எங்களை எச்சரிக்கிறது என்றும், அது கடைசி வினாடியில் ஒதுங்கிவிடும் என்றும் நான் அறிந்திருந்தேன்.

என்னுடனிருந்த நண்பர்களுக்கோ கிலி பிடித்து விட்டது. முதல் முறையாகப் புலியை, அதிலும் பாயவிருக்கும் ஒரு புலியொன்றைப் பார்க்கிறார்கள். அது ஜீப்பின் மீது தாவி தாக்கும் என்று பயந்தனர். மெதுவாக சன்னக்குரலில் அவர்களுக்குத் தைரியமூட்டி, வண்டியிலிருந்து வெளியில் குதிக்காமல் தடுத்தேன்.

சில வினாடிகளில் புலி பாய்ந்தது. ரத்தத்தை உறைய வைக்கும் கர்ஜனையுடன், மின்னல் வேகத்தில் எங்களருகில், மூன்று மீட்டர்வரை வந்தபின், பாதையை விட்டு விலகி புதருக்குள் ஓடி மறைந்தது. நிலைகுலையச் செய்யும் உறுமல் தொடர்ந்தது. புலிக்குட்டிகளோ வனப் பாதையிலேயே ஓடி மறைந்தன. உன் குட்டிகளுக்குத் தொல்லையொன்றும் தரப்

போவதில்லை என்று உறுதியளிப்பது போல நான் ஜீப்பை சிறிது தூரம் பின்புறமாகச் செலுத்தினேன். தாய்ப்புலியின் உறுமல் மெல்ல மெல்ல அடங்கியது.

புலியின் ஆவேசத்தைக் கண்டு என் நண்பர்கள் அதிர்ந்து போய் வாயடைத்திருந்தனர். நானோ வேங்கை ஒன்றின் சீற்றத்தின் கம்பீரத்தைக் கண்ட பரவசத்தில் திளைத்திருந்தேன். நான் தைரியசாலி என்று சொல்லவரவில்லை. புலிகளின் சுபாவம் பற்றி சிறிது அறிந்திருந்ததால்தான் நான் கலவரப்பட வில்லை. தொலைக்காட்சிக் குழுவினரோ புலியைப்பற்றி மக்களிடம் இருக்கும் அச்சத்தையே பிரதிபலித்தனர்.

புலி என்றாலே பொதுவாக எல்லாருக்கும் அச்சமே. புலியைப் பற்றிய பயம் நம் சமுதாய வரலாற்றில் ஆழமாகப் பதிந்திருக்கிறது. அதனால் மனிதர்கள், கொன்று தீர்த்துவிட வேண்டுமென்று கங்கணம் கட்டிக்கொண்டது போல புலிகளை அழித்து வந்திருக்கிறார்கள். ஆனால் இன்றோ புலிகள் அற்றுப் போகாமலிருக்க பகீரதப் பிரயத்தனம் செய்துகொண்டிருக்கிறோம். இது ஒரு முரண்பாடுதான்.

1960களில் பள்ளிச் சிறுவனாக காட்டுவிலங்குகளிடம் ஈடுபாடு கொண்டிருந்த நான் காடுகளும், வனவிலங்குகளும் துரிதமாக மறைந்து வருவதைக் காண முடிந்தது. விரைவிலேயே இவைகள் அழிந்து போய்விடக்கூடும் என்று அஞ்சினேன். சந்தர்ப்பம் கிடைக்கும் போதெல்லாம் இந்தியாவின் தென் மேற்குப் பகுதியிலுள்ள எங்களூருக்கு அருகிலுள்ள காடுகளுக்குப் போய்விடுவேன். நான் போற்றும் வேங்கைப் புலியை இந்தக் காடுகளில் காண்பேன் என்று அன்று நான் நினைக்கவேயில்லை.

1967ல் நாகரஹொளெ சரணாலயத்திற்கு மோட்டார் சைக்கிளில் சென்றது நினைவிற்கு வருகிறது. அன்றே அது சட்டப்பூர்வமாகப் பாதுகாக்கப்பட்ட இடமாக இருந்தாலும் காட்டு விலங்குகளைக் காண்பதென்னவோ அரிதாகவே இருந்தது. இரவு நேரங்களில் துப்பாக்கிச் சத்தம் அடிக்கடி கேட்கும். மானிறைச்சிக்காகக் கிராமத்து ஆட்கள் வேட்டை யாடினார்கள். பொறி வைத்தும் மிருகங்களைப் பிடித்தார்கள். சில இடங்களில் வனத்தை ஆக்கிரமித்து, காடு திருத்தி, பயிர் செய்து கொண்டுமிருந்தார்கள். அவர்களது கால்நடைகள் அத்து மீறிய மேய்ச்சலால் காட்டைச் சீரழித்துக் கொண்டிருந்தன. மரங்கள் பரவலாக வெட்டப்பட்டன. இந்தச் சூழ்நிலையில்தான் சின்னப்பா என்ற வன அலுவலரை அங்கு சந்தித்தேன். சரணாலயத்தை அழித்துக் கொண்டிருந்த சக்திகளை மிகுந்த மனோதிடத்துடன் அவர் எதிர்கொள்ள ஆரம்பித்திருந்த நேரத்தில்தான், இந்தச் சரணாலயத்திற்கு அடிக்கடி சென்று,

அதைப் பேணிக் காக்கும் முயற்சிகளில் என்னை ஈடுபடுத்திக் கொள்ள ஆரம்பித்தேன்.

1970களில், சின்னப்பா போன்றோர் நாட்டின் பல்வேறு இடங்களில் எடுத்துக்கொண்ட முயற்சிகளால் காட்டுயிர்களின் நிலை சற்றே மேம்பட்டிருந்தது. புதிய சட்ட திட்டங்களும் நிறைவேற்றப்பட்டிருந்தன. இந்தச் சமயத்தில் தான், காட்டுயிரியலாளர் ஜார்ஜ் ஷேலர் எழுதிய *மானும் புலியும்* என்ற முன்னோடி நூலைப் படிக்கும் வாய்ப்புக் கிடைத்தது. எனக்கு ஏற்பட்டிருந்த மயக்கம் தெளிந்தது. என் வாழ்வில் நான் செய்ய வேண்டியது என்ன என்பது புரிந்தது. அமெரிக்காவிலுள்ள ஃப்ளோரிடா பல்கலைக்கழகத்திற்குச் சென்றேன். மெல்வில் சன்க்விஸ்ட்டை ஆசிரியராகக் கொண்டு காட்டுயிர் உயிரியல் பயின்று 1988ல் நாகரஹொளேவிற்குத் திரும்பி வந்து வேங்கைப் புலியைப் பற்றிய ஆராய்ச்சியைத் துவக்கினேன். இன்று வரை அது தொடர்கிறது.

வேங்கைகளைப் பாதுகாக்க நாம் எடுக்க வேண்டிய முயற்சிகள் அறிவியல் அடிப்படையில் இருக்கவேண்டும். எந்த அளவு வெற்றி கிடைக்கும் என்று உறுதியாகக் கூற முடியாவிட்டாலும், புலியினம் அழியாமல் பார்த்துக்கொள்ள உரிய நடவடிக்கைகளை எடுக்க வேண்டியது அவசியம். ஒப்பாரி வைத்துக்கொண்டு அமர்ந்திருப்பதில் பயனில்லை. வரலாற்றுக் கண்ணோட்டத்திலும் அறிவியல் பூர்வமாகவும் பார்க்கும்பொழுது எனக்கென்னவோ புலியினம் வாழும் என்ற நம்பிக்கை இருக்கிறது.

இந்நூலை எழுதுவதன் நோக்கம், புலி அற்றுப் போகாமல் வாழும் என்ற நம்பிக்கையை, புலியைப் பாதுகாக்கும் பணியில் ஈடுபட்டிருப்போருக்குக் கொடுப்பதுதான். காட்டில் வேங்கைகளை அவதானித்து, ஆராய்ந்தபோது அனுபவித்த பரவசத்தை அவர்களுடன் பகிர்ந்துகொள்வதும் அந்த நோக்கத்தின் ஒரு பரிமாணமே.

புலிகளை ஏன் பாதுகாக்க வேண்டும்?

மக்கள்தொகை பெருகியிருக்கும் இவ்வுலகில், புலிகளைப் பாதுகாக்க வேண்டுமானால், விளைநிலங்களாகக்கூடிய பூமியைச் சரணாலயங்களாக்குவதையும், அவ்வப்போது கால் நடைகள், சில சமயம் மனிதர்களும் புலிகளுக்கிரையாவதை யும் பொறுத்துக்கொள்ள வேண்டியிருக்கிறது. இருப்பினும், வேங்கையினம் அற்றுப் போகாதிருக்க நாம் பல முயற்சிகளை கடந்த கால் நூற்றாண்டாக மேற்கொண்டிருக்கிறோம். இது உசிதமானதுதானா? மனித இனத்திற்குக் கழுத்தை நெறிக்கும் பிரச்சனைகள் பல இருக்க, புலியைப் பாதுகாப்பதில் கவனத்தைச் செலுத்தத்தான் வேண்டுமா?

இப்பூவுலகில் நம்முடன் வாழும் அனைத்து உயிரினங் களுமே – தாவரங்களும் விலங்குகளும் – சூழியல் சமநிலைக்கும், நாம் உயிருடனிருக்கத் தேவையான வாழ்வுச் சுழற்சிக்கும் தங்களது பங்களிப்பைக் கொடுக்கின்றன. ஆகவே அவற்றைப் பேணுவது அவசியம் என்பது சூழியலாளர் வாதம். சகல உயிரினங்களும் ஒன்றை ஒன்று சார்ந்திருப்பதாலும், பேணு வதாலுமே அவை ஜீவித்திருக்கின்றன என்கிறார் சைமன் லெவின் எனும் சூழியலாளர். எந்த ஒரு உயிரினம் அற்றுப் போனாலும் அதன் விளைவுகள் என்னவாயிருக்கும் என்று கூற முடியாது. சொல்ல முடியாத ஆபத்திற்குக்கூட இட்டுச் செல்லலாம். நமது சூழலுக்கு நிலைத் தன்மையை அளிப்பது பல்லுயிரியம்தான் என்கிறார் சூழியலாளர் டேவிட் டில்மென்.

உயிரினங்கள் அற்றுப்போவதால் ஏற்படும் விளைவிற்கு உயிரியலாளர் பால் எரிலிக் ஓர் எடுத்துக்காட்டுத் தருகிறார். நாம் வாழும் சூழலை ஒரு விமானத்திற்கு ஒப்பிட்டால் நாமெல்லாம் அதில் பயணிகள். இந்த விமானத்துடன் இணைத் திருக்கும் இறக்கைகளின் திருகாணிகளை ஒவ்வொன்றாகக் கழட்ட முடியும் என்று வைத்துக்கொள்ளுங்கள். ஆனால் அப்படிக் கழட்டிக் கொண்டேயிருந்தால், ஒரு தருணத்தில்

கர்நாடகத்தின் கடற்கரை மாவட்டங்களில் புலி வேஷம் ஒரு வண்ணமய மான நாட்டுப்புறச் சடங்கு. © உல்லாஸ் கரந்த்

விமானம் விழுந்து நொறுங்கிவிடும். எந்த இணைப்பை கழட்டும்போது விமானம் நொறுங்கும் என்று சொல்ல முடியாது. உயிரினம் ஒன்று அற்றுப் போவதை ஒரு திருகாணி கழட்டப்படுவதற்கு ஒப்பிடலாம்.

எதிர்காலத்தைப் பற்றி அக்கறை கொள்வது மட்டும் போதாது. இன்றைய அன்றாட வாழ்விலேயே புலிகளின் உறைவிடங்கள் நமக்கு நன்மை பயக்கின்றன என்பதை நாம் உணர வேண்டும். வேங்கையின் வாழ்விடமான காடுகள்தான் கங்கை, பிரம்மபுத்திரா, ஐராவதி மற்றும் மீகாங் போன்ற நதிகளின் படுகைகளாகும். அது மட்டுமல்லாமல் வெள்ளப் பெருக்கை சீராக்கி மண்ணரிப்பையும் இந்தக் காடுகள் தடுக்கின்றன. இந்த நதிகளை நம்பி வாழும் லட்சக்கணக்கான விவசாயிகளுக்கு இக்காடுகளின் வளம் முக்கியமானது. ஆகவே, காடுகளைக் கோடரியினின்றும், நெருப்பிலிருந்தும் காப்பாற்று வதும், விளைநிலமாக மாற்ற விடாமல் தடுப்பதும் ஒரு ஏழை நாடு செய்யக்கூடாத காரியமல்ல. இக்காடுகள் மூலம் மண், நீர் இவற்றைப் பேணிக்காத்து லட்சக்கணக்கான மக்களுக்கு வாழ்வளிக்க முடியும்.

புலிகள் வாழும் காடுகள் பல்லுயிரிய வளம் நிறைந்தவை. அக்காடுகளில் லட்சக்கணக்கான தாவர வகைகள், புழு பூச்சிகள், நீர் – நில வாழ்வன, பறவைகள், பாலூட்டிகள், ஊர்வன வாழ்கின்றன. இந்த உயிரினங்கள் இன்றைக்கிருக்கும் பரிணாம வளர்ச்சி அடைய லட்சக்கணக்கான ஆண்டுகள் பிடித்தன. நாம் இப்பொழுதுதான் அவைகளின் பல்லுயிரியத் தன்மையைப் பதிவு செய்யத் தொடங்கி இருக்கிறோம். ஆகவே செடி கொடிகளுக்கும் மற்ற உயிரினங்களுக்கும் இருக்கும் நுண்மை யான பிணைப்பைப் பற்றி ஓரளவு நாம் புரிந்து கொள்ள முடிகிறது. இருப்பினும், ஓர் உயிரினம் அழிவது மற்ற உயிர் களை எந்த அளவு பாதிக்கும் என்று நமக்கு இன்னும் தெரியாது.

ஓர் உயிரினம் அற்றுப்போனால் பல இணைப்புகள் துண்டிக்கப்படும். இரைக்கும் இரைக்கொல்லி விலங்கிற்கும், மலருக்கும் மகரந்தத்தைப் பரப்பும் பூச்சிகளுக்கும், பழங் களுக்கும் அவைகளை உண்டு கொட்டைகளைப் பரப்பும் பறவைகளுக்கும் உள்ள இணைப்புகள் துண்டிக்கப்படும். விலங்குக் காட்சிசாலையிலோ அல்லது தாவரக் காப்பகங் களிலோ வைத்து உயிரினங்களை அழிவிலிருந்து காப்பாற்ற முடியாது. காட்டுயிர்கள் எங்கு வாழ்கின்றனவோ அந்த இடத்தில் மட்டும்தான், அந்தச் சூழலில்தான் அவை செழித்து வாழ முடியும். இத்தகைய நுண்ணிய சூழலமைப்பின் ஒரு பரிமாணமே வேங்கை.

தாவர, விலங்கினங்களுக்குள் உள்ள பல்லுயிரியத் தன்மை மனித இனத்திற்கு மிகுந்த பயனளிப்பதால் அவை காப்பாற்றப் படவேண்டும். இன்று நாம் சாகுபடி செய்யும் எல்லாத் தாவரங்களும், நம்முடன் வாழும் கால்நடைகளும், வளர்ப்புப் பிராணிகளும் காட்டுயிர்களிலிருந்து வந்தவைதான். நாம் பயன்படுத்தும் பல மருந்துகளும், ஆடைக்காகவும் கட்டிடம் கட்டுவதற்காகவும் பயன்படுத்தப்படும் பொருட்களும் காட்டுத் தாவரங்களிலிருந்து வருபவையே. பசியையும் ஏழ்மையையும், நோய்களையும் நீக்க நாம் நடத்தும் போராட்டத்தில், இதுவரை கண்டுபிடிக்கப்படாத தாவரங்கள் நம் உதவிக்கு வரக்கூடும். ஆனால் காடுகளும் மற்ற உறைவிடங்களும் வெகுவாக அழிக்கப்படுகின்றன. இயற்கை நமக்களித்த இந்தக் காப்பீட்டுத் திட்டத்தை எப்படியாவது சீர்குலைத்தே தீருவது என்று மனிதர்கள் கங்கணம் கட்டிவிட்டார்கள் போல் தோன்றுகிறது.

ஒரு காட்டில் வேங்கைகள் இருப்பது அந்த இயற்கைச் சூழல் நன்றாக இருக்கிறது என்பதற்குக் குறியீடு. ஒரு காரில் பாட்டரி சரியாக வேலை செய்கிறது என்பதை ஓட்டுநருக்குக் காண்பிக்கும் விளக்குப் போல, காட்டிலிருக்கும் புலி இயற்கை சூழல் சீராக இயங்குகிறது என்பதை நமக்குப் புலப்படுத்துகிறது.

இப்போது எஞ்சியிருக்கும் புலியின் உறைவிடங்கள், உயிரினங்களால் ஆன நூலகங்களைப் போன்றவை. இயற்கையின் ஒரு பரிசோதனைச் சாலை. நமக்குத் தெரியாத விவரங்கள் பல இங்கே இருக்கலாம். இயற்கையின் நுணுக்கங்களைக் கூர்ந்து கவனித்தறிந்து நாம் பயன் பெறலாம். இத்தகைய காடுகளை அழிப்பது, கல்வியறிவற்ற கூட்டம் ஒன்று ஓர் அரிய நூலகத்தைத் தீ வைத்துச் சாம்பலாக்குவதற்குச் சமமாகும்.

புலி வாழும் நாடுகளில் அவைகளின் உறைவிடமான காட்டுப் பிரதேசம் ஐந்து விழுக்காடு நிலப்பரப்பு மட்டுமே. முன்னூறு கோடி மக்கள் வாழும் ஆசியக் கண்டத்தில் இந்தச் சிறிய நிலப்பரப்பை அழிப்பதால், சாதித்து விடக்கூடியது ஒன்றுமில்லை. வறுமை, பசி, நோய் மற்றும் சமுதாய ஒடுக்குமுறை போன்ற பிரச்சனைகள் பல்லாண்டுக் காலமாகத் தீர்க்க முடியாதவைகளாக இருக்கின்றன. மீதமுள்ள 95 விழுக்காடு நிலப்பரப்பை உசிதமான முறையில் பயன்படுத்துவதுதான் இந்தப் பிரச்சனைகளுக்கு முழுமையான தீர்வாக அமையும்.

மேற்கூறிய நடைமுறைக் காரணங்களைத் தவிர புலியைப் பாதுகாக்க சில தார்மீகக் காரணங்களும் உண்டு. வேங்கைகளும், அவை சார்ந்திருக்கும் செடி கொடிகள் மற்றும் விலங்கினங் களும் பல லட்சக்கணக்கான ஆண்டுகளாக உருவான

பரிணாம வளர்ச்சியின் தோற்றம். நாம் வாழும் இப்பூவுலகில் சில இடங்களிலாவது இவைகளுக்கு வாழ உரிமையில்லையா?

இயற்கையின் உன்னதப் படைப்புகளில் ஒன்று வேங்கை என்பதில் சந்தேகமில்லை. மனித சமுதாயம் இதன் கம்பீரத்தை ஆயிரமாயிரம் ஆண்டுகளாக வியந்து போற்றியிருக்கிறது. இதை மிகவும் அழகாகக் கூறியிருக்கிறார் ஜார்ஜ் ஷேலர். 'இந்த நூற் றாண்டில் வாழ்ந்தவர்கள் தொலைநோக்கு சிறிதும் இல்லாமல், இரக்கமில்லாமல், எதிர்காலத்தைப் பற்றி அக்கறையில்லாமல், இவ்வுலகில் உருவான உயிரினங்களுக்குள் கம்பீரமான ஒன்றைப் பூண்டோடு அற்றுப்போகச் செய்துவிட்டார்கள் என்று எதிர்காலச் சந்ததியினர் புலம்புவர்' என்று 1993இல் கூறினார்.

வேங்கையைப் பாதுகாப்பதில் உள்ள சில அடிப்படைப் பிரச்சனைகள்

மேற்கூறிய காரணங்களுக்காகப் புலியை அழிவிலிருந்து பேணிப் பாதுகாப்பது அவசியம் என்று அரசுகளும், அறிவிய லாளர்களும், சூழியலாளர்களும் ஒருமித்த கருத்து கொண்டுள்ள னர். அரசியல், சித்தாந்த, தேசிய மற்றும் கலாச்சார வேறுபாடு களைக் கடந்து இந்தக் கருத்தொற்றுமை நிலவுகிறது. அதிலும் கவனத்திற்குரியது என்னவென்றால் இந்தக் கருத்தொற்றுமை, மிகக் குறுகிய காலத்தில் அதாவது கடந்த 25 ஆண்டுகளுக்குள், உருவானது. இருப்பினும் புலியைக் காப்பாற்றும் பணியை இது ஒன்றும் எளிதாக்கிவிடவில்லை. புலியைக் காப்பாற்ற வேண்டுமென்று நாமெல்லோரும் ஒத்துக்கொண்டாலும், எந்த முறையில், எந்தக் கோட்பாட்டின் அடிப்படையில் இதைச் செய்ய வேண்டும் என்பதில் பல கருத்து வேறுபாடுகள் வெளிப் படுகின்றன. பல பிரச்சனைகள் எழுப்பப்பட்டு அவை மீதான விவாதங்கள் தொடர்கின்றன.

புலிகளுக்கு உறைவிடமான காடுகளில் வசிக்கும் பழங்குடி யினரைச் சிரமத்திற்கு உள்ளாக்காமல் அந்தக் காடுகளைப் பாது காக்க வேண்டுமா அல்லது இவர்களை வெளியேற்றி விட்டு அந்த உறைவிடத்தைப் பேண வேண்டுமா? வேளாண்மை, கால் நடைவளர்ப்பு மற்றும் காட்டுப் பொருட்கள் சேகரிப்பு போன்ற நடவடிக்கைகளை இந்த உறைவிடங்களில் தொடரவிடலாமா? நம் பொருளாதாரத் திட்டங்களுக்கும் புலியைப் பாதுகாப்பதற்கும் முரண்பாடு ஏதும் இருக்கிறதா? சர்வதேச அளவில் நடக்கும் புலியின் உறுப்புகளின் வாணிபத்தால் அவைகளின் எண்ணிக்கை குறைகிறதா அல்லது இரை விலங்குகள் கிராமத்து மக்களால் அழிக்கப்படுவதால் குறைகிறதா? புலிகளின் வாழிடங்கள் அந்தந்த ஊர் மக்களால் பாதுகாக்கப்பட வேண்டுமா அல்லது மத்திய, மாநில அரசுகளால் நிர்வகிக்கப்பட வேண்டுமா?

சட்டதிட்டங்களைக் கவனமாக அமுல்படுத்தி புலியைப் பாதுகாக்க முடியுமா அல்லது அங்குள்ள மக்களின் நல்லெண்ணத்தை பெற்று அதன் மூலம் பாதுகாப்பை தர முடியுமா? சரணாலயங்களுக்கருகே வாழும் மக்களுக்கு ஊக்க ஊதியம் கொடுப்பதால் பயனிருக்குமா அல்லது கலாச்சாரப் பெருமையை கூறி அவர்களது ஆதரவைத் திரட்ட முடியுமா? புலிப் பாதுகாப்புத் திட்டத்திற்கு இப்போது கிடைக்கும் நிதி போதுமானதா? மரபணு முறைகளும் உயிரியல் பூங்காக்களில் புலிகளை இனவிருத்தி செய்வதும் பயனளிக்குமா? பழக்கப்பட்ட புலிகள் காட்டிலிருக்கும் புலிகளுக்கு உதவ முடியுமா? புலிப் பாதுகாப்புத் திட்டத்தை எவ்வாறு மதிப்பீடு செய்வது – எவ்வளவு பணம் செலவிட்டிருக்கிறோம் என்பதாலா அல்லது அங்கு வாழும் மக்களுக்காகச் செய்த பயன் தரும் திட்டங்களாலா அல்லது காட்டிலுள்ள புலிகளின் எண்ணிக்கையாலா? புலிகளுக்காக நாமெடுத்த கூட்டு நடவடிக்கையில் தோற்றுவிட்டோமா அல்லது வெற்றி பெற்றுவிட்டோமா? புலிகளைப் பாதுகாக்க முடியுமென்ற நம்பிக்கைக்கு இடமிருக்கிறதா?

தேவை - ஆதாரப்பூர்வ தரவு

மேற்கூறிய கேள்விகளுக்கு வெவ்வேறு விதமான பதில்கள் கிடைக்கலாம். அவைகளில் எஞ்சி நிற்பது இரண்டு கேள்விகளே: புலிப் பாதுகாப்பில் எந்த நடவடிக்கைக்கு முதலிடம் அளிக்க வேண்டும்? எந்தெந்தப் பணிக்கு எவ்வளவு நிதி ஒதுக்கப்பட வேண்டும்? இந்தப் பிரச்சனைகள் பற்றிய நமது புரிதல்களில் வேறுபாடு இருப்பதனால்தான் புலியைக் காப்பாற்றும் முயற்சிகளில் அணுகுமுறைகள் வேறுபடுகின்றன. இந்த முயற்சிகளில் நம் பங்கு என்ன என்பது பற்றி வெவ்வேறு கருத்து நிலவுவதும் ஒரு காரணம். ஆதாரப் பூர்வமான விவரங்கள் இல்லாததால் தான் இந்த அபிப்பிராய பேதங்கள் எழுகின்றன. எடுத்துக்காட்டாக, புலியைப் பற்றி உலகெங்குமுள்ள வனவியலாளர்களிடையே நிலவும் சில கருத்துக்களைப் பார்ப்போம்.

இருபதாம் நூற்றாண்டின் துவக்கத்தில் இந்தியாவில் 40,000 புலிகள் இருந்தன என்பதும் இன்று எஞ்சியிருப்பவை 3000 அல்லது 4000 புலிகளே என்பதும் நாம் அடிக்கடி கேள்விப்படும் ஒரு தகவல். இதில் 40,000 என்ற எண்ணிக்கை, நாற்பது ஆண்டுகளுக்கு முன் ஓர் இயற்கையியலாளர் கூறிய அபிப்ராயமே. இரண்டாவது கணிப்பும் அறிவியல் ஆதார மற்ற ஒரு யூகமே. இருப்பினும் இந்த இரண்டு எண்ணிக்கைகளும் ஆதாரமான 'புள்ளி விவரம்' போல உலகெங்குமுள்ள பல்வேறு ஊடகங்களிலும் அடிக்கடி வெளியிடப்படுவதைக் காணலாம்.

இதே போன்று நாம் கேள்விப்படும் மற்றொரு விவரம் இந்தியா, வங்க தேசத்தில் உள்ள, சுந்தரவன முகத்துவாரப் பகுதிதான் உலகிலேயே அதிகமான வேங்கைகள் வாழுமிடம் என்பது. உண்மை என்னவென்றால், சுந்தரவனத்திலுள்ள சுரபுன்னைக் காடுகள் புலிகளுக்கு உகந்த உறைவிடமல்ல. அங்கு வேங்கைகளுக்கு தேவையான இரைவிலங்குகள் மிகக் குறைவாகவே உள்ளன. புலிகளின் எண்ணிக்கையைக் கணிக்க தவறான முறைகளை கையாண்டதன் விளைவே இக்கணிப்பு என்பதை அண்மைக்கால ஆய்வுகள் சுட்டிக்காட்டுகின்றன. புலிகளுக்குச் சுந்தரவனம் ஒரு முக்கியமான உறைவிடமாக இருப்பதென்னவோ உண்மைதான். ஆனால் அங்குதான் புலிகளின் எண்ணிக்கை அதிகம் என்பது தவறு.

முற்காலத்தில் வேங்கைப் புலிகளில் எட்டு வகைகள் இருந்தன என்றும் இன்று மூன்று வகைகளே எஞ்சியுள்ளன என்றும் பரவலான கருத்து ஒன்று உண்டு. ஆனால் அண்மையில் நடத்தப்பட்ட ஆய்வுப்படி, மூன்று வகைகளே இருந்தன என்றும் அவைகளில் இரண்டு மட்டும் எஞ்சியுள்ளன என்பதும் தெரியவந்துள்ளது. ஆசியாக் கண்டத்திலுள்ள எல்லா வேங்கை களும் ஒரே சிறப்பினத்தைச் சார்ந்தவை. சுமத்திரா தீவிலுள்ள புலிகள் மட்டுமே தனிச்சிறப்பினம்.

அதேபோல, வெள்ளைப் புலிகள் தனி வகை என்றும் அவை பாதுகாக்கப்பட வேண்டும் எனவும் ஒரு கருத்து நிலவுகிறது. உண்மையில், வெள்ளைப் புலிகள் மரபணு குறைபாட்டின் விபரீத விளைவேயன்றி தனிச் சிறப்பினத்தைச் சேர்ந்தவையல்ல. காட்டில் பிடிபட்ட ஒரு வெள்ளைப் புலியின் மூலம் இனவிருத்தி செய்ததால் விலங்குக் காட்சி சாலைகளில் இவைகளின் எண்ணிக்கை பெருகியுள்ளது. காண்பதற்கு வினோதமாக இருந்தாலும், இவைகளைப் பாதுகாப்பதில் பயனில்லை.

அடைப்பிட இனப்பெருக்க முறையில் புலிகளை இன விருத்தி செய்து, குட்டிகளைக் காட்டில் விட்டு, கானகப்புலி களின் எண்ணிக்கையைப் பெருக்க முடியாதா எனப் பலர் கேட்கின்றனர். இதில் மனதில் கொள்ள வேண்டியது என்ன வென்றால் காட்டிலிருக்கும் வேங்கைகளுக்குப் பாதுகாப்பு அளித்து அவைகளின் எண்ணிக்கையை அதிகரிப்பதை விட, கூண்டுப்புலிகளை இனவிருத்தி செய்து, அவைகளைக் காட்டில் விடுவதற்குப் பணம் அதிகம் தேவை. மேலும், புதிய உறை விடங்களை எங்கே போய்த் தேடுவது?

பல்லாயிரம் ஆண்டுகளாக ஆசியாவில் வேங்கைகளும் மக்களும் ஒருமித்து வாழ்ந்திருக்கிறார்கள் என்ற கூற்றைக்

கவனிப்போம். இதன் சாரம் என்னவென்றால் புலிகளைப் பாதுகாக்க வேண்டி, அவைகளின் உறைவிடங்களில் விவசாயச் செயல்பாடுகளிலோ கால்நடை வளர்ப்பதிலோ அல்லது கானகத்துப் பொருட்களைச் சேகரிப்பதிலோ கட்டுப்பாடு எதுவும் தேவையில்லை என்பதே. ஆனால் நடந்தது என்ன? கடந்த சில நூற்றாண்டுகளில் வேங்கைகளின் வாழிடம் முன்பு இருந்ததை விட நூற்றில் ஒரு பங்காகக் குறைந்துவிட்டது. இந்த ஒருமித்த வாழ்வில் தோற்றதென்னவோ புலிகள்தாம்.

1993ல் புகழ்பெற்ற பல வேங்கை ஆராய்ச்சியாளர்கள் 2000 ஆண்டுக்குள் உலகில் புலியின் கதை முடிந்துவிடும் என்றனர். இந்தப் பிலாக்கணத்தையே டைம் பத்திரிகையும், பி.பி.சியும் திருப்பித் திருப்பிப் பாடின. 2000ல் கானுறை வேங்கை பல இன்னல்களை எதிர்கொள்ள வேண்டியிருந்தாலும், அது அற்றுப் போகவில்லை என்பதை நாம் நினைவில் கொள்ள வேண்டும். புலி 21வது நூற்றாண்டிலும் சில உறைவிடங்களிலாவது வாழும் என்பது நிச்சயம்.

மேற்கூறியவற்றிலிருந்து, புலியைப் பாதுகாப்பது குறித்து வெவ்வேறு கருத்துகள் நிலவுவதற்கு முக்கியக் காரணம் அதன் வாழ்வு முறை பற்றிய அறிவியல் பூர்வமான தரவுகள் இல்லாமைதான் என்பது தெரியவருகிறது. வேங்கையைக் காப்பாற்றத் தேவையான எந்தச் செயல்பாட்டிற்கும் அடிப்படையானவை இரண்டு உயிரியல் ரீதியான அம்சங்கள்: அவை உருவில் பெரியதாயிருப்பது, ஊனுண்பது, இவையே. ஆகவே இந்நூலின் பெரும் பகுதி புலியின் உயிரியல் சார்ந்ததாகவே அமைந்திருக்கும்.

மனித மேம்பாட்டுச் செயல் திட்டங்களுக்கு நடுவே, புலிகளின் உயிரியல் தேவைகளைப் புரிந்து கொள்வது, காட்டுயிர் பாதுகாப்பின் ஓர் இன்றியமையாத அம்சம். அறிவியல் மூலமாக அவைகளைப் புரிந்து கொள்வது காட்டுயிர் பாதுகாப்பின் முக்கியப் பரிமாணம். நிரூபிக்கப்படக் கூடியது என்பதுதான் அறிவியலின் வலிமை. இந்நூலில் இயற்கையைப் பற்றிய உண்மைகளை அறிய கையாளவேண்டிய முறைகளை விளக்க முற்பட்டுள்ளேன். கடுமையான ஆய்வு முறைகள், தீர ஆராய்ந்து எடுத்த முடிவுகள், இவை மூலமே புலிபற்றி அறிவியல் சார்ந்த தரவுகளைப் பெற முடியும். செவிவழிக் கதைகள் மூலமோ அல்லது வேட்டைக்காரர்கள் விட்ட சரடு மூலமோ அல்ல.

எனினும், புலிப் பாதுகாப்பு என்பது மனிதர்களாகிய நாம் எடுக்கும் முயற்சிதான். புலிகளின் செயல்பாடு அல்ல. ஆகவே இந்த நடவடிக்கைக்கு ஒரு மனிதப் பரிமாணம்

தேவையாகிறது. புலியின் பாதுகாப்பு பற்றித் தீவிரமாகச் சிந்திப் போர் எவரும் அதன் சமூக, கலாசார, பொருளாதாரப் பரிமாணங்களைக் கண்டுகொள்ளாமல் இருக்க இயலாது. வரலாற்றுக்கு முற்பட்ட காலம் முதல், (வரலாற்றுக் காலத்திலும்), இன்றைய நவீன யுகம் வரை, மனிதரை வேங்கை கவர்ந்திருக் கிறது. சில பண்டைய நாகரிகங்களில் அவை தெய்வங்களாகப் பூஜிக்கப்பட்டன. அரசர் சிலர் புலி வளர்ப்பது நல்ல சகுனம் என்று நம்பினர். இன்றோ பல வணிக நிறுவனங்களின் சின்னங்களாகி, ஐஸ்க்ரீம் முதல் பந்தயக் கார் வரை விற்பனை செய்ய புலி உதவுகிறது. வேங்கையிடம் மனிதர் வைத்திருக்கும் இத்தகைய அபிமானத்தை எவ்வாறு அதன் பாதுகாப்பிற்குப் பயன்படுத்துவது என்பதே நம்முன் இருக்கும் சவால்.

பல நூற்றாண்டுகளாக ஆசியாவின் பல இடங்களில் பழங்குடியினர் புலியைத் தெய்வமாக வணங்கி வந்திருக்கின்றனர். © மாயா ராமசாமி.

நீடிக்கும் அபிமானம்

வரலாற்றில் வேங்கை

ஆயிரமாயிரம் ஆண்டுகளுக்கு முன், பண்டைய மனிதர் ஆசியக் காடுகளில் கிழங்குகளைத் தோண்டியெடுத்தும், சிறு விலங்குகளைக் கண்ணி வைத்துப் பிடித்தும், காட்டுப் பழங் களைச் சேகரித்தும் வாழ்ந்து கொண்டிருந்தனர். அவர்களை விட உருவில் பன்மடங்கு பெரிய விலங்கு ஒன்று அவர்களை அச்சுறுத்திக் கொண்டிருந்தது. நீண்ட கோரைப் பற்கள், கூரிய நகங்கள் இவற்றுடன் காட்டினூடே அரவமின்றி, இருளில் நடமாடிய இந்த விலங்கிடம் நமது மூதாதையர் அச்சமும் மரியாதையும் கொண்டிருந்தனர். அதன் வலிமை மிக்க உருவம், அசைவின் கம்பீரம், கச்சிதமான உருவமைப்பு, உடல் வண்ணம் இவை யாவும் அதன் கவர்ச்சியைக் கூட்டின. இவ்வாறாக, புலியின்பால் மனிதர் கொண்டிருக்கும் அபிமானம் தொன்மை யானதொன்று. பனி படர்ந்த தூரக்கிழக்கு ரஷியாவிலும், ஜாவாவின் வெப்பமண்டலக் காடுகளிலும் வாழும் பழங்குடி யினர் புலியை ஒரு பாரம்பரிய தெய்வமாகப் போற்றுகின்றனர்.

பண்டை விவசாயிகளிடம் தீ மற்றும் கோடரி கொண்டு காடு திருத்தும் வழக்கம் வந்த பின்னரும், கலப்பை கொண்டு நிலத்தை உழுது பயிர் செய்யத் துவங்கிய பின்னரும், புலியைப் பற்றிய அச்சம் கலந்த மரியாதை நீடித்தது. வரலாற்றுக் காலம் முதல் ஆசியாவின் தொன்மங்களிலும், செவிவழிக்கதை களிலும், புலி ஒரு தெய்வமாக வழிபடப்படுகிறது. வேங்கை என்றாலே நினைவிற்கு வருவது தீரமும் வலிமையுந்தான். இந்து மற்றும் புத்த கலைகளில் புலிக்கு ஒரு தனி இடமுண்டு. நாட்டாரியலிலும் மற்ற கலைகளிலும் புலி பரவி நிற்கின்றது. ஒரு சிறப்பென்னவென்றால், கீழைநாடுகளில் புலியின் உடல் உறுப்புகள் தீராநோய்களைத் தீர்க்கும் மருந்துகளாகப் பயன் படுத்தப்பட்டன.

1970களில் ஒரு சீரிய அறிவியல் உபகரணமாக தொலையுணர்வுக்கருவி புழக்கத்தில் வந்து, புலியின் ரகசிய உலகை ஊடுருவி ஆராய்ந்து, அதன் நடத்தை மற்றும் சூழியல் பற்றித் துல்லியமாக அறிய வழிகோலியது.
© மாயா ராமசாமி.

5000 வருடங்களுக்கு முந்திய சிந்துச் சமவெளி நாகரிகத்தில் கிடைத்த ஒரு முத்திரை மரத்தின்மீது அமர்ந்திருக்கும் மனிதனொருவன் தரையிலிருக்கும் ஒரு புலியுடன் பேசிக் கொண்டிருப்பதைச் சித்திரிக்கிறது. இந்து மதமும் புத்த மதமும் இந்தியாவிலிருந்து தென்கிழக்கு ஆசியாவிற்கும் சீனாவிற்கும் பரவ ஆரம்பித்த பிறகு கீழைநாடுகளின் சிற்ப, ஓவியக் கலைகளில் புலி சித்திரிக்கப்பட்டது. கர்நாடகத்திலுள்ள மலை மாதேஸ்வரர் மற்றும் கேரளாவிலுள்ள அய்யப்பன் போன்ற பண்டைய தெய்வங்களும், புலியின் மீதமர்ந்திருப்பது போல சித்திரிக்கப்பட்டுள்ளனர். வங்காளத்தில் தேன் சேகரிப்போரால் தக்ஷின் ரே என்றும், மத்தியப்பிரதேசப் பழங்குடியினரால் பாக் தேவ் என்றும், கர்நாடகக் குடியானவர்களால் பிலி பூதா என்றும் வேங்கை போற்றப்படுகிறது. சீன நாட்காட்டியின்படி, 12 ஆண்டுக்கொருமுறை புலி வருடம் எனக் குறிப்பிடப்படுகிறது. கொரியாவில் மலைகளின் ஆவி எனவும் விலங்குகளின் அரசன் எனவும் புலி போற்றப்படுகிறது. ஜாவாவிலும் பாலியிலும், முந்தைய அரசர்கள் புலியுருக் கொண்டு புனிதக் குகைகளில் வாழ்வதாக நம்பும் மக்கள் மலைகளிலுள்ள குகைகளுக்கு இன்றளவும் நீண்டதூரம் நடந்து சென்று வணங்குகிறார்கள்.

புலி வேடம்: இந்தியாவின் புலியாட்டம்

நாட்டார் கலைகளில் புலியின் இடத்தைப் பற்றியறிய தென்மேற்கு இந்தியாவிலுள்ள புலியாட்டத்தைக் காணவேண்டும். புலி வேடம் கர்நாடகக் கரையோர மாவட்டங்களிலுள்ள ஒரு நாட்டாரியல் சடங்கு. காளி, அரக்கனொருவனைக் கொன்று தீர்த்ததைக் கொண்டாடும் தசரா விழாவில் சில பக்தர்கள் புலியாட்டம் ஆடுவர். இந்தக் குழுவின் பிரதான கலைஞர், நோயிலிருந்து மீண்டதற்காகவோ அல்லது குழந்தைப் பேறு கிட்டியதற்காகவோ நேர்த்திக் கடனைத் தீர்ப்பதற்காகப் புலியாட்டம் ஆடுவார்.

இந்த விழாக் காலத்தில் ஐந்தாறு பேர் கொண்ட ஒரு குழு நாள் முழுவதும் ஊரின் வீதிகளில் ஆடுவதைக் காணலாம். மேள வாத்தியங்களுடன் ஆடப்படும் இந்த ஆட்டம் 15 முதல் 20 நிமிடம் வரை நீடிக்கும். இந்த நடனக்குழுவைச் சுற்றி நூற்றுக்கணக்கானவர் சென்று கொண்டிருப்பர். ஒரு கடை முன்போ அல்லது வீட்டு முன்போ அவர்கள் புலியாட்டம் ஆடினால் அதற்குப் பணம் தரவேண்டும். இது தசராவின் ஒன்பது நாட்களிலும் தொடரும் ஒரு நிகழ்ச்சி.

ஒன்பதாவது நாள் மாலை துர்க்கையின் பெரிய உருவம் ஒன்று ஊர்வலமாக எடுத்துச் செல்லப்பட்டு கோயில் குளத்தில் விடப்படும். அப்போது அந்த ஊரிலுள்ள எல்லாப் புலிவேடதாரி

களும் அங்கு வந்து சேருவார்கள். இந்தச் சடங்கு முடிந்தவுடன் கலைஞர்கள் குளத்தில் நீராடி தங்கள் வேடத்தைக் கலைப்பார்கள்.

புலி ஆட்டக்காரர்களுக்கு அவர்கள் ஊரில் மிகுந்த மரியாதை. சில சமயம் கோஷ்டிச் சண்டை மூளுவதுமுண்டு. இதனால் அவர்களுக்குள் பல விதமான போட்டிகளும் ஏற்படும். புலி செய்வது போல உயிருடன் ஆட்டைக் கடித்துத் தோள்மீது போட்டுக் கொள்வது போன்ற வித்தைகளைச் செய்து காட்டுவார்கள். அல்லது ஒரு ஆட்டைத் தூக்கிக் கொண்டு ஒரு கிணற்றைத் தாண்டுவர்.

புலி வேடதாரி தனது உடம்பில் வர்ணம் தீட்டிக்கொள்வது ஒரு சிக்கலான வேலை. இடுப்பில் ஒரு கச்சையை மட்டும் கட்டிக்கொண்டு, வாழை இலையின் மேல் படுத்துக் கொள்வார். வேடமிடுவதில் திறன் மிக்க கலைஞர் ஒருவர், அவர் உடம்பில் ஓவியம் போல் வண்ணம் தீட்டுவார். இந்த வேலை பல மணி நேரம் கூட எடுக்கும். புலியின் உடல் வண்ணங்களைப் போலவே மஞ்சள் நிறமும் கறுப்பு வரிகளும் தீட்டப்படும். பிரதான புலியாட்டக்காரர் வேங்கையின் தலையைப் போன்று ஒரு முகமூடி அணிந்து கொள்வார். நிஜ புலித்தோலாலான வால் ஒன்றையும் இடுப்பில் சொருகிக் கொள்வதுண்டு.

அவர்கள் நடனமிடும் பாணி புலியின் நடையை ஒத்திருக்கும். தரையோடு தரையாகப் பதுங்குவது, பாறைக்குப் பின் ஒளிவது, உடம்பையும் பாதங்களையும் நக்குவது போன்ற அசைவுகளை மேளதாளத்திற்கு ஏற்றவாறு செய்து காட்டுவார்கள். ஆனால் இன்று, சினிமாவும் தொலைக்காட்சியும் மக்களது கவனத்தை ஈர்த்துக் கொண்டிருக்கும்போது புலியாட்டம் போன்ற மரபுக்கலைகள் ஆதரவின்றி நலிவுறுகின்றன. பாரம்பரிய நடனமுறை, உடலுக்கு வர்ணம் தீட்டல், முகமூடி போன்றவை மாற ஆரம்பித்துவிட்டன. சிறுவனாக நான் வியந்து பார்த்த புலியாட்டம் இன்றில்லை.

மாறி வரும் நோக்கு

அலெக்ஸாண்டரின் படையில் தளபதியாக இருந்த கிரேக்க வீரன் செலுகஸ் நிக்கேடர் புலி ஒன்றை ஏதென்ஸ் நகருக்குக் கொண்டு சென்றதாக வரலாறு உண்டு. இதுதான் ஐரோப்பியக் கண்டத்தின் முதல் புலி எனலாம். ரோமானிய வீரர்கள், அடைக்கபட்ட புலிகளுடன் காட்சிக்காகச் சண்டையிட்டதாக அறிகிறோம். பனிரெண்டாம் நூற்றாண்டில், முதலாம் ஹென்றி தனது அரண்மனையில் ஒரு கூண்டுப் புலியை வைத்திருந்தார். இதுதான் இங்கிலாந்து கண்ட முதல்

புலி. மத்திய ஆசியாவிற்கு 1300இல் வருகை தந்த மார்க்கோ போலோ, குதிரை மீதமர்ந்து புலிகளுடன் சண்டையிட்ட மங்கோலிய வீரர்களை வியந்து பாராட்டியிருக்கிறார். வேங்கையின் வலிமை, கம்பீரம் இவற்றால் கவரப்பட்ட பல அரசர்கள் தங்களையும் ஒரு புலி என்றழைத்துக்கொண்டார்கள்.

தொழில்நுட்பம், வாணிபம் மற்றும் வேட்டையாடும் பழக்கம் இவை பரவிய பின்னரும் புலியின் மீதுள்ள அபிமானம் குறையவில்லை. பதினைந்தாம் நூற்றாண்டில் ஐரோப்பாவில் பல அரண்மனைகளிலும், சீமான்களின் கோட்டைகளிலும் கூண்டுப் புலிகள் வளர்க்கப்பட்டன. அமெரிக்காவிற்குப் பயணித்த ஸ்பானியர்கள் அங்குக் கண்ட ஜாகுவார் என்ற ஒரு பெரும் பூனையை வேங்கைப் புலி என்றே குறிப்பிட்டனர்.

வேட்டைத்துப்பாக்கி புழக்கத்திற்கு வந்தபின்னர் வெள்ளைக்கார அதிகாரிகளும், நம் நாட்டு அரசர்களும், நிலப் பிரபுக்களும், தேயிலைத் தோட்ட முதலாளிகளும், வன இலாகாவினரும் மற்றும் அரசு அதிகாரிகளும் தங்கள் கீர்த்தியை நிலைநாட்ட வேட்டையாட ஆரம்பித்தனர். கானுறைப் புலிகளைக் கணக்கின்றி கொல்ல ஆரம்பித்தனர். இந்த நாச வேலையில் அவருக்கு உதவிசெய்ய பழங்குடியினரையும், காட்டுவாசிகளையும் யானைப்பாகன்களையும் சேர்த்துக்கொண்டனர். அவர்கள் சுடுவதற்கு 'மச்சான்' என்னும் பரண் போன்ற மேடையை மரத்தின் மீது அமைத்தனர். புலிகளை புதர்களிலிருந்து விரட்டிக் கொன்றனர். சில வேளைகளில் குண்டடிபட்ட புலியைப் பின்தொடர்ந்தும் சென்றனர். 1950களிலும் 1960களிலும் கூட இத்தகைய புலிவேட்டை வணிக ரீதியில் நடத்தப்பட்டது உண்டு.

காட்டில் வசிக்கும் மக்களின் நம்பிக்கைகளும் பழங்கதைகளும் அவர்களது முதலாளிகளின் மூலம் வெளியில் பரவ ஆரம்பித்தன. உயிரியலாளர் ஜார்ஜ் ஷேலர் கூறுவதாவது, 'புலியைப் பற்றி பலர் எழுதியிருப்பதில் பெரும்பகுதி அதை எப்படி சுடுவது என்பதைப் பற்றித்தான். அதனுடைய வலிமை, அதனுடைய மோப்பசக்தி மற்றும் அதை எதிர்கொள்வது எவ்வளவு ஆபத்தானது என்பதைப் பற்றியே'. வேட்டையாடிகள் மூலம் நமக்குக் கிடைத்த தரவில் புலியைப் பற்றிய ஒரே விதமான விவரங்களே உள்ளன.

இந்த விவரங்களுக்கு ஏற்ப புலி தனது முந்தைய மதிப்பீட்டை இழந்து இன்றைய உயர்குல மனிதன் ஒருவனின் பண்புகளைக் கொண்டதாயிற்று. புலியை 'ஜென்டில்மேன்' என்று அழைக்க ஆரம்பித்தனர். சார்லஸ் இங்கிலிஸ் என்ற

வேட்டைக்காரர் புலியை வேறு விதமாக வர்ணித்தார், "பேயைப் போல கொடூரமானது. வெறுப்பும் காட்டுமிராண்டித் தனமும் உடையது." இதேபோலத்தான் ஷேர்கான் என்னும் கொடூரமான புலியைப் பற்றி ஆங்கில எழுத்தாளர் ரூடியார்டு கிப்ளிங்கூட எழுதினார். ஆனால் இந்தச் சித்திரிப்புகள் எல்லாமே காட்டி லிருக்கும் புலியின் பண்புகளுக்கு எள்ளவும் சம்பந்தமில்லாதவை.

இன்றைய பண்பாட்டில் புலி

புலியின்மீது மனிதர்கள் கொண்ட அபிமானம் மாறாம லிருக்கிறது. பீர் முதல் பெட்ரோல் வரை, உணவுப் பொருட் களிலிருந்து பூச்சுவர்ணங்கள் வரை விளம்பரதாரர்களால் ஒரு குறியீடாகப் புலி பயன்படுத்தப்படுகிறது. விளையாட்டுப் போட்டிகளிலும் புலியின் பிம்பம் பயன்படுத்தப்படுகிறது. தென்கொரியா தலைநகர் சியோலில் நடந்த ஒலிம்பிக் விளையாட்டுப் பந்தயத்தின் (1998) சின்னமாக புலியைத் தேர்ந்தெடுத்திருந்தார்கள். அமெரிக்காவிலுள்ள பிரின்ஸ்டன், லூசியானா மற்றும் மிஸிஸிப்பி மாநில பல்கலைக்கழக விளையாட்டுக் குழுக்களும் புலியைத் தங்கள் சின்னமாகக் கொண்டிருக்கின்றன.

அரசியலிலும் புலியின் பிம்பம் வெகுவாகக் காணப்படு கிறது. சித்தாந்த ரீதியில் எதிரும் புதிருமாக இருந்தாலும் சின்னத்தில் சில கட்சிகள் ஒன்றுபடுகின்றன. எடுத்துக்காட் டாக, இந்தியாவில் இந்து மதவாதத்தை அடிப்படையாகக் கொண்ட சிவசேனையும், பாகிஸ்தானில் இஸ்லாமிய மத வாதத்தில் உருவான முஸ்லீம் லீக்கும் புலியை அடையாளச் சின்னமாகக் கொண்டுள்ளன. உலகில் பல இராணுவப் படைகளும் வேங்கைச் சின்னத்தைக் கொண்டிருக்கின்றன. இன்றைய பொருளாதாரச் சொல்லாடலிலும் புலியின் வடிவம் பயன்படுத்தப்படுகிறது. வணிக ரீதியில் வேகமாக வளர்ந்து வரும் பல கிழக்கு ஆசிய நாடுகளின் நிலையை 'ஆசியப் புலி பொருளாதாரம்' என்று வல்லுநர்கள் குறிப்பிடுகிறார்கள். வங்கிகளால் நடத்தப்படும் வைப்புநிதித் திட்டங்கள் கூட வேங்கையின் பெயரைக் கொண்டிருக்கின்றன.

வனவிலங்குக் காட்சியகங்களிலும், சர்க்கஸ்களிலும் மக்களை மிகவும் ஈர்க்கும் விலங்கு புலிதான். அமெரிக்காவில், லாஸ் வீகாஸ் நகரில் உள்ள கேளிக்கை அரங்குகளில் கூட கூண்டுப் புலிகளை மக்களைக் கவருவதற்குப் பயன்படுத்து கிறார்கள். ஆகவே, ஒட்டு மொத்தமாகப் பார்த்தால், உலகெங் கும் உள்ள இன்றைய மக்கள் யாவருமே உயிருள்ள புலி ஒன்றை ஏதாவது ஒரு அரங்கில் நேரில் கண்டிருப்பார்கள்.

இந்தியாவிலும் நேபாளத்திலும் சுற்றுலாப் பயணிகள் புலிகள் வாழும் சரணாலயங்களுக்குப் பெருமளவில் பயணிக் கிறார்கள். மத்தியப் பிரதேசத்தில் கான்ஹா, இராஜஸ்தானி லுள்ள ரான்தம்பூர் சரணாலயம் மற்றும் நேபாளத்திலுள்ள சித்வான் தேசியப்பூங்கா போன்ற சரணாலயங்களுக்கு வெளி நாட்டிலிருந்தும் உள்நாட்டிலிருந்தும் கானகத்தில் இயற்கை யாக, கட்டுப்பாடின்றி உலவும் வேங்கைகளை ஒரு தரமாவது பார்த்து விடவேண்டும் என்ற ஆவலில் ஆயிரக்கணக்கான பார்வையாளர்கள் செல்கிறார்கள். மனிதர்களின் அத்துமீறிய நடவடிக்கைகளால் புலிகளின் எதிர்காலம் ஒரு பெரிய கேள்விக்குறியாக ஆகிவிட்டபோதிலும், புலியைப்பற்றித் தெரிந்துகொள்ள வேண்டும், அதைக் காணவேண்டும் என்ற ஆவல் உலகெங்கிலும் அதிகரித்துத்தான் இருக்கிறது.

புலியைப் பற்றிய புரிதல்

பதினெட்டாம் நூற்றாண்டுக்குப்பின், வேட்டையாடி களும், விலங்கியலாளர்களும், இயற்கைவாதிகளும் வேங்கை களைப்பற்றி ஆதாரப்பூர்வமான விவரங்களைத் திரட்ட ஆரம்பித்தனர். இதன் விளைவாகப் புலியைப் பற்றின இதுவரை நாமறிந்தவைகளைவிட முற்றிலும் மாறான, புதிய விவரங்கள் கிடைக்க ஆரம்பித்தன. புலியின் உடற்பாகங்களை ஆராய்ந்து புலிக்கும் மற்ற பூனைகளுக்கும் மற்ற பாலூட்டிகளுக்கும் உள்ள பரிணாம உறவைப் பற்றி அறிந்தனர். இத்தகைய ஆராய்ச்சி யில் பிரிட்டீஷ் அருங்காட்சியகத்தைச் சார்ந்த ரெஜினால்ட் போக்காக் என்ற உயிரியலாளரின் பங்களிப்பு முக்கியமானது.

இதே சமயத்தில் சில வேட்டையாடிகளும் இயற்கை வாதிகளும் காடுகளிலுள்ள வேங்கைகளைக் கூர்ந்து கவனித்து விவரங்களைப் பதிவுசெய்து கொண்டிருந்தார்கள். இத்தகைய தகவல்களை ரஷ்யாவில் நிக்கோலாய் பய்கோவ், இந்தோசீனா வில் வில்லியம் பேஸே மற்றும் மலேசியாவில் ஆர்தர் லாக் போன்ற ஆய்வாளர்கள் அச்சேற்றி வெளியிட்டனர். இந்திய வன இலாகாவில் பணிபுரிந்த டன்பார் ப்ரேன்டர் மத்திய இந்தியாவிலுள்ள புலிகளின் வாழ்வு முறையைப் பற்றி எழுதினார். மற்றுமொரு வனத்துறை அதிகாரி ஃப்ரெட் சாம்பியன் எளிமையான காமிராப் பொறி ஒன்றைப் பயன்படுத்தி காட்டுப் புலிகளை நிழற்படம் எடுத்தார். புகழ்பெற்ற வேட்டையாடியும் இயற்கைவாதியுமான ஜிம் கார்பெட் புலியைப் பற்றி தான் அறிந்தவற்றைப் பதிவு செய்தார். உத்திரப்பிரதேசத்தில் இமயத் தின் அடிவார மலைகளிலுள்ள கிராமத்து மக்களை பீதியில் ஆழ்த்திக் கொண்டிருந்த பல ஆட்கொல்லிப் புலிகளைச் சுட்டுக் கொன்றவர் இவர்.

சுவீடன் நாட்டு வகைப்பாட்டியலாளர் கார்ல் லின்னேயஸ் மற்றும் பிரிட்டீஷ் நாட்டு பரிணாம உயிரியலாளர் சார்லஸ் டார்வின் இவர்கள் இருவரும் இருபதாம் நூற்றாண்டில் உயிரியல் பற்றிய அறிவு மலர வழிவகுத்தனர். உயிரினங்களுக்கும் அவைகளைச் சுற்றி இருக்கும் சூழலுக்கும் உள்ள உறவை ஆராயும் சூழியல் என்ற துறை, வளர ஆரம்பித்தது. அதேசமயம் உயிரினங்களின் வாழ்வு முறை பற்றிய அறிவும் பெருக ஆரம்பித்தது.

1940களில் ஆல்டோ லியோபால்டு என்ற அமெரிக்க வன அலுவலர், வனவிலங்கு சூழியலாளர்களின் ஆய்வை, காட்டுயிர் மேலாண்மைக்குப் பயன்படுத்தி ஒரு புதிய பாதையை வகுத்தார். காட்டுயிர் மேலாண்மை என்ற கருத்தாக்கத்தில் அழிநிலையி லிருக்கும் விலங்கினங்களைப் பாதுகாப்பதுடன், எண்ணிக்கையில் மிகுந்த விலங்கினத்தை வளம் குன்றாமல் பயன்படுத்துவதும், தேவையானால் கானுயிர்க்குத் தீங்கு விளைவிக்கும் உயிரிகளைக் கட்டுப்படுத்துவதும் அடங்கும். 1950இல் காட்டுயிர் உயிரியல் வட அமெரிக்காவிலும், ஐரோப்பாவிலும் மற்றும் ஆப்ரிக்கா வின் புல்வெளிப் பகுதிகளிலும் வளரத் துவங்கியது. 1980க்குப் பின், காட்டுயிர் பாதுகாப்பிற்குப் பயன்படுத்தக்கூடிய செயல் முறை உயிரியல் தோன்றியது. இது முந்தைய காட்டுயிர் உயிரி யலைவிட விரிவானது. நிலத்தில் வாழும் முதுகெலும்புடைய விலங்குகளை மட்டுமல்லாமல், மற்ற உயிரினங்களையும் பாது காக்கும் நோக்குடையது; மரபணுக்கள், விலங்குக் கூட்டங்கள், உறைவிடங்கள் இவைகளையும் உள்ளடக்கியது.

இதே காலகட்டத்தில், இருபதாம் நூற்றாண்டின் மத்தி யில், வேங்கையின் உலகைப் புரிந்துகொள்ள உயிரியலாளர்கள் புதிய உத்திகளையும், சாதனங்களையும் கையாள முற்பட்டனர். இவர்கள் கண்டறிந்த அறிவியல் விவரங்கள் பழைய புலிக்கதை களைவிட சுவை மிகுந்ததாயிருக்கின்றன.

அறிவியல் நோக்கில் புலி

இருபதாம் நூற்றாண்டில் காட்டுயிர் உயிரியல் வேகமாக வளர்ந்தாலும், ஆசியாவின் வேட்டைக்காரர்கள், இயற்கை வாதிகள், வன அலுவலர்கள் இவர்களிடையே அது பரவ வில்லை. புலியின் விதியைத் தீர்மானிப்பதில் இவர்களின் கையே ஓங்கியிருந்தது. இதன் விளைவாக 1960களில் கூட புலியின் சூழியல், நடத்தை இவைகளைப் பற்றிய விவரங்கள் அறிவியல் பூர்வமாகப் பதிவு செய்யப்படவில்லை.

1964ல் நியூயார்க் விலங்கியல் கழகத்தின் உயிரியலாளர் ஜார்ஜ் ஷேலர் மத்திய இந்தியாவிலுள்ள கான்ஹா சரணால

யத்திற்கு புலிகளைப் பற்றி களஆய்வு மேற்கொள்ள வந்தார். அவர் தம் ஆய்வில் பயன்படுத்திய சாதனங்கள் இந்தியாவில் யாவருக்கும் கிடைக்கக் கூடியவையே. நோட்டுப் புத்தகங்கள், பைனாகுலர், காமிரா மற்றும் கிராமப்புற குடியானவர்களிட மிருந்து வாங்கிய எட்டு எருமைக் கன்றுகள். ஆனால் மற்ற எவரும் களஆய்வுக்கு அதுவரை பயன்படுத்தாத ஒன்று ஷேலர் கையில் இருந்தது – சூழியல் ஆய்வுக்கான அறிவியல் அணுகு முறைதான் அது.

கான்ஹா சரணாலயத்தில் ஷேலர் பதினெட்டு மாதங்களே கள ஆய்வு செய்தாலும், புலியின் வாழ்வு பற்றிய இதுவரை அறிந்திராத அரிய தகவல்களைத் திரட்டினார். அவருடைய கள ஆய்வுத் திறனுக்கும், மன உறுதிக்கும், அறிவுக் கூர்மைக்கும் சான்றாக விளங்குகிறது இந்தத் தரவு. இந்த ஆய்வை உள்ளடக் கிய இவரது நூல் *மானும் புலியும்* என்ற தலைப்பில் 1967ல் வெளியானது. இதுவரை புலி பற்றி வேட்டைக்காரர்களிட மிருந்து நமக்குக் கிடைத்திருந்த எல்லா விவரங்களையும் விட தரமான தகவல்களை உள்ளடக்கிய நூல் இது. உலகெங்கு முள்ள ஊனுண்ணி உயிரியலாளர்களின் கவனத்தை ஈர்த்து, புலியின் நிலை பற்றி ஒரு தீவிர கரிசனத்தை உருவாக்கியது.

1970களில் அனைத்துலக காட்டுயிர் ஆர்வலர்கள் இணைந்து புலிகளை அழிவினின்று காப்பாற்ற கூட்டு முயற்சி எடுத்தனர். அழிநிலையிலிருக்கும் விலங்குகளைக் காப்பாற்றும் முயற்சி மேற்கிந்திய நாடுகளிலும் ஆப்ரிக்காவிலும் எடுக்கப்பட்ட போது உயிரியலாளர்கள் அடிப்படையான உயிரியல் ரீதியான விவரங்கள் முதலில் தேவை என்பதைப் புரிந்து கொண்டார் கள். இவைகளை ஆதாரமாக வைத்துத்தான் காட்டுயிர்களைக் காப்பாற்றும் செயல் திட்டத்தைத் தீட்ட முடியும். புலிகளைப் பாதுகாப்பதில் இம்மாதிரியான அறிவியல் ஆய்வு மூன்று வகைகளில் பயனளிக்கும். முதலாவது, புலிகளின் அடிப்படைச் சூழியல் தேவைகள் என்ன என்பதை அது நமக்குச் சுட்டிக் காட்டும். இரண்டாவது, ஒரு குறிப்பிட்ட சூழியல் மற்றும் சமுதாயக் கட்டத்தில் நாம் சாதிக்கக்கூடியது என்ன என்பதை உணர்த்தும். மூன்றாவதாக, நமது முயற்சிகள் எவ்வளவு பயன் அளித்திருக்கின்றன என்பதைத் தொடர்ச்சியான கள ஆய்வு புலப்படுத்தும்.

ஆகவே, புலிப் பாதுகாப்புத் திட்டம் ஆரம்பித்தபோது பன்னாட்டு இயற்கை வள பாதுகாப்பு நிறுவனம் (ஐ.யூ.சி.என்) மற்றும் உலக இயற்கை நிதியம் (டபிள்யூ.டபிள்யூ.எப்) சேர்ந்து புலி எங்கெங்கு வசிக்கிறதோ அந்தந்த நாடுகளின் அரசுகளுடனும் சேர்ந்து புலியைப் பாதுகாக்கத் திட்டம்

தயாரித்தார்கள். இத்தகைய பணிக்கு முதல் தேவை புலிகளின் வாழ்வு முறை பற்றிய ஆய்வு என்பது உணரப்பட்டது.

இதே சமயத்தில் அமெரிக்காவில், மறைந்து வாழும் ஊனுண்ணிகளான கரடி, பூமா போன்ற பாலூட்டிகளை ஆராய ஒரு புதிய உபகரணம் கண்டுபிடிக்கப்பட்டது. இந்த உபகரணத்திற்குப் பெயர் ரேடியோ டெலிமெட்ரி. இது ஒரு தொலையுணர்வுக் கருவி. அமெரிக்காவிலுள்ள ஸ்மித்சோனியன் நிறுவனம், புலிப் பாதுகாப்புப் திட்டத்துடன் இணைந்து ஒரு நீண்டகால ஆய்வை நடத்திய போது இந்தப் புதிய உபகரணம் உபயோகப்படுத்தப்பட்டது. ஜான் ஸைடன்ஸ்டிக்கர், மெல் சன்க்விஸ்ட், டேவிட் ஸ்மித் என்ற மூன்று அமெரிக்க உயிரியலாளர்கள் நேபாளத்திலுள்ள சித்வான் தேசீய பூங்கா வில் 30 புலிகளை இந்த முறையின் மூலம் ஆய்வு செய்தனர். அவர்களுக்கு பின் வந்த சார்லஸ் மக்டூகல் புலிகளை நிழற் படம் எடுத்தும் அவைகளின் நடவடிக்கைகளை நேரில் அவதானித்தும் இந்த ஆய்வைத் தொடர்ந்தார். இந்த அறிவிய லாளர்களின் ஆராய்ச்சி இதுவரை நாம் அறியாத பல உண்மைகளை வெளிக் கொணர்ந்தது.

பின்னர் இதே போன்ற இரண்டு நீண்டகால ஆய்வுகள் தொடங்கப்பட்டன. 1986ல் நான் கர்நாடகத்தில் உள்ள நாகரஹொளே சரணாலயத்தில் புலிகளைப் பற்றிய எனது ஆய்வை ஆரம்பித்தேன். ஃபுளோரிடா பல்கலைக்கழகத்தில் உயிரியலாளர் மெல் சன்க்விஸ்ட் இந்தப் பணியில் ஒத்துழைப்புத் தந்தார். 1993இல் இந்த ஆய்வில் ஒரு புதிய முறையைப் பயன் படுத்த ஆரம்பித்தோம். அமெரிக்க ஆய்வாளர் ஜிம் நிக்கல்ஸின் உதவியுடன், புகைப்படக் காமிராவை பயன்படுத்தி புலிகளை அடையாளம் கண்டுகொள்ளும் உத்தி இது. இந்த இரு முறை களும் பயன்படுத்தப்படும் களஆய்வு நாகரஹொளேயிலும் மற்ற சில இடங்களிலும் இன்றும் தொடர்கிறது.

1990களில் டேல் மிக்வெல் என்ற ஆய்வாளர் ரஷ்யாவின் கிழக்குப் பகுதியிலுள்ள புலிகளை இதே முறையைப் பயன் படுத்தி ஆராயத் தொடங்கினார். இந்த ஆய்வு இன்றும் தொடர்கிறது. 1995ல் நான்காவது ஆய்வை ரகு சுந்தாவத் மற்றும் அவரது சக ஊழியர்கள் மத்திய இந்தியாவிலுள்ள பண்ணா சரணாலயத்தில் தொடங்கினார்கள்.

அண்மைக்காலத்தில் புலியின் எண்ணிக்கையைக் கணக் கெடுக்கவும் அவை வாழுமிடத்தைப்பற்றி அறியவும் பல குறுகிய கால ஆய்வுகள் மேற்கொள்ளப்பட்டிருக்கின்றன. இந்தியா, தாய்லாந்து, மலேசியா, நேபாளம், இந்தோனேஷியா,

மயன்மார், லாவோஸ் மற்றும் கம்போடியா போன்ற நாடுகளில் இந்த ஆய்வு தொடர்கிறது. இவைகளிலெல்லாம் முக்கியமான ஆய்வு பெங்களூரிலுள்ள காட்டுயிர் பாதுகாப்புக் கழகம் நடத்துவதுதான்.

மேற்கூறிய அறிவியல் சார்ந்த ஆய்வுகள் மூலம் நமக்குக் கிடைத்த விவரம், இயற்கைவாதிகளும், வேட்டைக்காரர்களும் கூறியிருந்ததிலிருந்து மிகவும் வேறுபட்டிருந்தது. ஓர் உயிரியலாளர் தனது ஆய்வைத் தொடங்கும் பொழுது குறிப்பிட்ட சில கேள்விகளை எழுப்புகிறார். அறிவியற் சார்ந்த ஆய்வு முறைகள் மூலம் புலி பற்றிய தரவைத் தொகுக்கிறார். இந்தத் தரவின் அடிப்படையில் தனது கேள்விகளுக்கு பதில்களைக் கண்டறிகிறார். அறிவியலின் மற்ற துறைகளைப் போலவே, புலியைப் பற்றிய ஆய்வும் முன்னர் நாம் அறிந்தவற்றைப் பயன்படுத்தியே முன்னேறுகிறது. இத்தகைய ஆய்வுக்கு முடிவென்பதே கிடையாது. புதிய விவரங்கள் கிடைக்கும் பொழுது முந்தைய விவரங்கள் மாற்றப்படுகின்றன. வேங்கையைப் பற்றி ஆராயும் உயிரியலாளர்கள் பல சுவாரஸ்யமான முறைகளைப் பயன்படுத்தி தரவை உருவாக்குகிறார்கள். இதுதான் இன்றைய காட்டுயிர் ஆராய்ச்சிக்கும் முந்தைய இயற்கைவாதிகளின் அனுபவத்திற்கும் உள்ள முக்கிய வேறுபாடு.

புலியின் இரை

வேங்கையின் இரை பற்றி உயிரியலாளர்களால் அறுதியிட்டு ஒன்றும் சொல்ல முடியவில்லை. குரங்கு மற்றும் மான் போன்ற விலங்குகள் எதை இரையாகக் கொள்கின்றன என்பதை நம் கண்ணால் கண்டறிய முடியும். அதேபோல, பரந்த புதர்க்காடுகளில் வசிக்கும் சிங்கம் மற்றும் சிவிங்கிப் புலி போன்ற ஊனுண்ணிகள் வேட்டையாடிக் கொல்வதைக் காண்பது எளிது. ஆனால் மறைவில், அடர்ந்த காட்டினுள் வசிக்கும் புலி, இரையை அடித்துக்கொல்வதை நேரில் காண்பது மிகவும் அரிது. ஆகவே, புலியின் இரையைப் பற்றி நாம் தெரிந்து கொள்ள வேண்டுமானால் வேறுமுறைகளைக் கையாள வேண்டியிருக்கிறது. புலி அடித்துத் தின்ற விலங்கின் எலும்புகள், குளம்புகள் போன்ற உடற் பகுதிகள் அல்லது புலியின் எச்சத்திலிருந்து கிடைக்கும் இரையின் அடையாளங்கள் இவைகளை வைத்தே நாம் புலியின் உணவைப் பற்றி அறியமுடியும்.

புலி அடித்த விலங்கின் உடலைத் தேடி நான் பல நாட்கள் நாகரஹொளே காட்டில் அலைந்ததுண்டு. வானத்தில் வட்டமிடும் பிணந்தின்னிக் கழுகுகள், காகத்தின் குரல்கள் மற்றும்

துர்நாற்றம் இவற்றின் மூலமே அந்த விலங்குச் சவத்தை கண்டறிய முடிந்தது. அதன்பின் அது என்ன விலங்கு, அதன் எடை எவ்வளவு இருந்திருக்கும் போன்ற விவரங்களைப் பதிவு செய்து கொண்டேன். புலியால் கொல்லப்பட்ட அந்த விலங்கின் பற்களை வைத்து அதன் வயதைக் கணக்கிட முடிந்தது.

மீதமிருக்கும் இரையின் பகுதிகளை வைத்து இத்தகைய சில விவரங்களை அறிய முடிந்தாலும், புலிக்கு இரையாகும் சிறிய மிருகங்கள் பற்றிய விவரங்கள் ஒன்றும் கிடைக்கவில்லை. இதற்கு புலியின் எச்சத்தை ஆராய்வதைத் தவிர வேறு முறை இல்லை.

புலிகள் வழக்கமாகச் செல்லும் பாதையிலேயே எச்சமிடும். இது என் வேலையை எளிதாக்கியது. புலியின் எச்சத்தை வேறு ஊனுண்ணிகளின் எச்சங்களிலிருந்து எளிதாக வேறு படுத்தி அறியமுடியும். புலிகளின் காலடிச்சுவடுகளுக்கு அருகிலேயே எச்சம் இருப்பதினாலும் தெரிந்துகொள்ளலாம். சந்தேகம் ஏதுமிருந்தால் பித்த அமில சோதனை என்ற முறை மூலம் இது புலியின் எச்சம்தானா என்று உறுதிப்படுத்திக் கொள்ளலாம். சேகரித்த எச்சத்தைச் சுத்தப்படுத்தியபிறகு – அருவருப்பான வேலைதான் – உரோமம், சிறு எலும்பு போன்ற வற்றைத் தனித்தனியாகப் பிரித்து எந்தெந்த விலங்குகளை இரையாகக் கொண்டிருக்கிறது என்பதை அறியமுடியும். இந்த வேலையை எளிதாக்க ஏற்கனவே காட்டிலுள்ள சிறு விலங்குகளின் உரோமங்களைச் சேகரித்து வைத்திருக்கவேண்டும். எச்சப் பரிசோதனையின்போது கிடைக்கும் உரோமங்களை இந்தப் பரிசோதனைக் கூடத்திலிருக்கும் உரோமங்களுடன் ஒப்பிட்டுப் பார்க்கலாம்.

புலிகளைப் பிடித்தல்

புலிகளின் வாழ்வுமுறையை அறிய ரேடியோ டெலிமெட்ரி என்ற தொலையுணர்வு முறையை உயிரியலாளர்கள் கையாள வேண்டியிருக்கிறது. இதற்கு முதல் வேலையாக புலியின் கழுத்தில் ஒரு ரேடியோ பொருத்தப்பட்ட பட்டையைக் கட்டியாகவேண்டும். இந்த ரேடியோ, புலியின் நடவடிக்கை களுக்கு இடையூறாக இல்லாமல், அளவில் சிறியதாய் இருக்க வேண்டும். இக் கருவி, லித்தியம் மின்கலத்தால் இயக்கப்பட்டு ஏறக்குறைய மூன்று ஆண்டுகள் செயல்படும். ஒரு குறிப்பிட்ட அலையெண்ணில் சமிக்ஞைகளை ஒலிபரப்பும். இந்த ரேடியோ வும் மின்கலமும் ஒரு சிறிய, நீர் புகாத உலோகப் பெட்டியில் அடைக்கப்பட்டிருக்கும். உயிரியலாளர் ஓர் உணரியின் (ஆன்டெனா) உதவியுடன் இதன் சமிக்ஞைகளைக் கண்

காணித்து புலியின் நடமாட்டத்தைத் துல்லியமாகக் கணிப்பார். இந்த வேலையைத் துவங்குவதற்குமுன் கழுத்துப் பட்டையை மாட்டிவிட புலியைப் பிடித்தாக வேண்டுமே. புலி மிகவும் விழிப்பாகச் செயல்படும் விலங்கு. எந்தப் பொறியிலும் அகப் படாது. அப்படி ஒரு பொறியைத் தயாரித்தாலும் அது அளவில் மிகப் பெரிதாகவும் எளிதில் ஓர் இடத்திலிருந்து மற்றொரு இடத்திற்கு எடுத்துச் செல்ல முடியாததாகவும் இருக்கும். அப்படிப்பட்ட ஒரு பொறியில் அகப்பட்டாலும், கம்பிகளில் மோதி புலி தன்னைக் காயப்படுத்திக் கொள்ளக்கூடும்.

ரஷ்யாவில் விஞ்ஞானிகள் புலியின் பாதையில் இரவில் கண்ணி வைத்து அவைகளைப் பிடிக்கிறார்கள். விடியற்காலை யில் ஹெலிகாப்டரில் சென்று கண்ணியில் சிக்கிய புலிகளுக்கு துப்பாக்கி மூலம் மயக்க மருந்தைச் செலுத்துகிறார்கள். ரஷ்யா வில் வெகு சில புலிகளே இருப்பதாலும், கண்ணியில் சிக்கிய புலிகளைத் தாக்கக்கூடிய வேறு விலங்குகள் அங்கு இல்லை யென்பதாலும் இம்முறையை அங்கு செயல்படுத்த முடிகிறது.

ஆனால் ஆசியக் காடுகளில் நடக்கும் கதையே வேறு. யானை, காண்டாமிருகம், புலிகள் போன்ற விலங்குகள் கண்ணி யில் மாட்டிக்கொண்ட புலியைத் தாக்கக்கூடும். காடு அடர்ந் திருப்பதால் கண்ணிப்பொறியை வைப்பதும் கடினம். ஆகவே, புலியை விரட்டிப் பிடிக்கும் உத்தியைக் கையாளுகிறார்கள். இந்தமுறை முதன்முதலாக நேபாளத்தில் புலி வேட்டையில் கையாளப்பட்டது. முற்காலத்தில் புலி வேட்டையில் பயன் படுத்தப்பட்ட இந்த யுக்தி இன்று ஆய்வாளர்களுக்குப் புலியைப் பாதுகாக்கும் வேலையில் உதவுகின்றது.

புலியின் கவனத்தைக் கவர ஒரு எருமை மாடு கட்டப்படு கிறது. அதை அடித்துத் தின்றுவிட்டு, புலி அதன் அருகிலேயே உறங்கிக் கொண்டிருக்கையில், மறுநாள் காலையில், அதைப் பிடிக்க முற்படுகிறார்கள். பத்துப் பன்னிரண்டு ஆட்கள், மூன்று யானைகளில் புலியை அணுகுகிறார்கள். புலியினின்று சுமார் நூற்று முப்பது மீட்டர் தொலைவில் இருபுறமும், நீண்ட வெள்ளைத் துணிகளைக் கட்டுகிறார்கள். இந்த வழி குறுகி 30 மீட்டர் இடைவெளியில் முடிகிறது. இந்த இடத்தில் ஆய்வாளர் மயக்க ஊசித் துப்பாக்கியுடன், ஒரு மரத்தின்மீது காத்திருக்கிறார். யானைகளுடன் வந்த ஆட்கள், புலியை விரட்டுகிறார்கள். இருபுறமும் கட்டப்பட்டிருக்கும் வெள்ளைத் துணியைக் கிழித்துக்கொண்டு புலி எளிதாக ஓடிவிட முடியும். ஆனால் பசுமையான காட்டில், வெள்ளைத் துணிப் பரப்பைக் கண்டறியாத புலி, குறுகிய வழியை நோக்கி நேரே ஓடுகிறது. அங்கே காத்துக்கொண்டிருக்கும்

ஆய்வாளர் மயக்க ஊசித் துப்பாக்கியால் சுடுகிறார். ஐந்து நிமிடங்களில் அது மயங்கி விழுகிறது.

சில மணி நேரம் செயலிழந்த நிலையிலேயே மயங்கிக் கிடக்கும் புலியை எடை போடுகிறார்கள். ஒட்டுண்ணிகளைச் சேகரிக்கிறார்கள். பரிசோதனைக்காக ரத்தமெடுக்கிறார்கள். புலிக்கு இருக்கக்கூடிய நோய்கள் பற்றியும் மரபணுக்கள் பற்றியும் இரத்தப் பரிசோதனை மூலம் அறியலாம். இந்த வேலை முடிந்தபின் புலியின் கழுத்தில் ரேடியோப்பட்டை பொருத்தப்படுகிறது. மயக்கம் தெளிந்தபின் புலி காட்டிற்குள் செல்கிறது. இப்போது ஆராய்ச்சியாளர் புலியின் நடமாட்டத்தைக் கண்காணிக்க முடியும்.

ரேடியோ மூலம் புலியைக் கண்காணித்தல்

ஒருநாள் முழுவதும் புலியின் நடவடிக்கை, அது வாழிடத்தைப் பயன்படுத்தும் முறை, தேவையான இடம் மற்றும் நடமாட்டம் போன்ற அரிய விவரங்களைத் தொலையுணர்வுக் கருவி மூலம் திரட்டலாம். ஒரு குறிப்பிட்ட புலியை மாதக் கணக்கில், இல்லை, வருடக் கணக்கில் தொடர்ந்து கண்காணிப்பது மூலம் மட்டுமே அதன் வாழ்வு முறை பற்றிய அடிப்படை விவரங்களைச் சேகரிக்க முடியும். இது தொலையுணர்வுக் கருவியால் மட்டுமே சாத்தியமாகிறது.

ரேடியோ கண்காணிப்பு ஒரு எளிய கோட்பாட்டின் அடிப்படையில் இயங்குகிறது. கழுத்துப்பட்டையிலுள்ள ஒரு அதிவேக அலையெண் பரப்பி தொடர்ந்து சமிக்ஞைகளைப் பரப்புகிறது. ரேடியோப் பட்டை பொருத்தப்பட்ட புலிகள் ஒவ்வொன்றும் வெவ்வேறு தனிப்பட்ட அலைவரிசைகளில் சமிக்ஞைகளைப் பரப்புகின்றன. இந்த டிரான்ஸ்மிட்டர்கள் 140–160 மெகா ஹெட்ஸ் அலைவரிசையில் இயங்குகின்றன. ஆகவே ஆய்வாளர்கள் பல புலிகளை ஒரே சமயத்தில் தொடர்ந்து கண்காணிக்க முடியும்.

ஆராய்ச்சியாளர் தான் தொடரும் புலியின் அலைவரிசையின் சமிக்ஞையைக் கேட்டு கண்காணிக்கிறார். ரிசீவரில் பொருத்தப்பட்டிருக்கும் உணரியின் மூலம் சமிக்ஞைகளைக் கேட்கிறார். இந்தப் பணியில் இருவகையான உணரிகள் பயன்படுத்தப்படுகின்றன – டயபோல் ஆன்டெனா மூலம் விரிவான பிரதேசத்திலிருந்து சமிக்ஞைகளைப் பெற முடியும். ஆனால் எந்தத் திசையிலிருந்து சமிக்ஞை வருகிறது என்பதைக் கண்டறிய முடியாது. புலி அந்தப் பிரதேசத்திலிருக்கிறது என்பதை மட்டும் அறியமுடியும். எங்கேயிருக்கிறது என்பது தெரியாது.

ஒரு திசை நோக்கி இயங்கும் யாகி ஆன்டெனா மூலம் எந்த இடத்தில் புலி உள்ளது என்பதைத் துல்லியமாக அறிய முடியும். புலியிருக்கும் நோக்கிலிருந்து வரும் சமிக்ஞைகள் தீர்க்கமாக இருக்குமாதலால் எந்தத் திசையில் புலி இருக்கிறது என்பதை அறிய முடியும். ஆராய்ச்சியாளர் புலிக்கு அருகில் செல்லச் செல்ல, சமிக்ஞை ஒலி பெரிதாகும். அந்தத் திசையி லிருந்து விலகினால் சமிக்ஞை பலவீனமடையும்.

புலியைச் சுற்றிச் சுற்றி வளைய வந்தும் அது இருக்கு மிடத்தை அறிய முடியும். ஆனால் புலிகள் அடர்ந்த காடுகளி லிருப்பதாலும், வெளிப்பிரதேசங்களை வேகமாகக் கடந்து போய் விடுவதாலும், அதனிடத்தை வளையமிட்டுக் கண்ட றிவது சிரமம். ஆகவே சில ஆய்வாளர்கள் முக்கோண முறையைக் கையாளுகிறார்கள். இம்முறையில், முதலில் காம்பஸைப் பயன்படுத்தி புலியிருக்கும் திசையை ஆய்வாளர் பதிவு செய்கிறார். பின்னர் மூன்று இடங்களுக்கு நகர்ந்து, புலியிருக்கும் திசையைக் கணிக்கிறார். இதை ஒரு வரைபடத் தில் வரைந்து, இந்தக் கோடுகள் சந்திக்கும் இடத்தில் புலி இருக்கிறது என்பதை உறுதி செய்கிறார்.

நடந்து சென்று ரேடியோ டிரான்ஸ்மிட்டர் மூலம் புலியைத் தொடர்வது கடினம். புலி வெகுதூரம் அலையக் கூடியது. மேலும், புலிக்குப் பொருத்தப்படும் டிரான்ஸ்மிட்டரின் மின்கலம் சிறியதாகவே அமைக்கப்படுகிறது. நடமாட்டத்திற்கு இடைஞ்சலில்லாமல், சிறிய உபகரணம்தான் கழுத்தில் பொருத்தப்படுகிறது. சிறிய மின்கலமாக இருந்தாலும் இரண்டு, மூன்று ஆண்டுகளாவது செயல்பட வேண்டுமே. பேட்டரி மாற்றுவதற்காக புலியை மறுபடியும் பிடிப்பது சிரமமான பணி. ஆகவே சிறிய தூரத்தில் மட்டுமே எடுபடக்கூடிய மெல்லிய சமிக்ஞைகளையே இந்த டிரான்ஸ்மிட்டர் அனுப்பு கிறது. நான் கள ஆய்வு நடத்திய நாகரஹொளேயில் புலியின் சமிக்ஞைகளை சில நூறு மீட்டர்களே கேட்க முடிந்தது.

ஹெலிகாப்டர் அல்லது சிறு விமானம் மூலம் பறந்து புலியை விசாலமான பிரதேசத்திலும் கண்காணிக்க முடியும். ஆனால் இதற்கு ஏகப்பட்ட பொருட்செலவு ஆகும். எனினும் வெகுதூரம் அலைந்து திரியும் இளம் புலிகளைக் கண்காணிக்க சிறு விமானமே உசிதம். தூரக்கிழக்கு ரஷியாவில் பாதைகளற்ற பரந்த காடுகளில் புலிகளைக் கண்காணிக்க ஹெலிகாப்டர் களைப் பயன்படுத்துகிறார்கள்.

அண்மையில் புலிக் கண்காணிப்பு முறைக்கு இன்னொரு புதிய உபகரணம் கிடைத்துள்ளது. அது பூகோள இடமறியும் முறை (ஜி.பி.எஸ்). இம்முறையில் புலியின் கழுத்துப் பட்டை

ரேடியோ, செயற்கைக் கோள்களுக்கு சமிக்ஞைகளை அனுப்பு கிறது. செயற்கைகோள் புலியிருக்குமிடத்தைக் கணித்து, கழுத்துபட்டை ரேடியோவில் அவ்வப்போது, ஒரு நாளில் பலமுறை தரவை சேமித்து வைக்கிறது. கழுத்துப்பட்டை ரேடியோ இந்தத் தகவலை ஆய்வாளரின் ரிசீவருக்கு அனுப்பு கிறது. இந்த நவீன உபகரணம் முதன் முறையாக நேபாளத்தில் பயன்படுத்தப்பட்டது.

எனினும் இத்தகைய உபகரணங்களின் மூலம் புலி இரையை அடிப்பதையும், மற்ற புலிகளைக் காட்டில் எதிர் கொள்வதையும் காண முடியாது. ஆகவே, நடந்தோ அல்லது ஜீப்பில் சென்றோ ஆய்வாளர்கள் புலியைக் கண்காணிக் கிறார்கள். இந்தியாவிலும் நேபாளத்திலும் எங்கும் செல்லக் கூடிய வாகனமாகிய யானையை, புலியை கண்காணிக்க சில சமயங்களில் பயன்படுத்துகிறார்கள்.

காட்டில் கணக்கெடுப்பு

பல நாடுகளிலும், சரணாலயங்களிலும் உள்ள புலிகளின் எண்ணிக்கை பற்றிய விவரங்கள் செய்தித்தாள்களிலும் மற்ற ஊடகங்களிலும் வெளியிடப்படுகின்றன. இவைகளை நம்பி மக்கள் புலியின் எண்ணிக்கை அதிகரித்துவிட்டது என்று மகிழ்ச்சியடைகிறார்கள். உண்மை என்னவென்றால் இவையா வும் யூகங்களே. சீரற்ற முறையின் அடிப்படையில் கணக்கிடப் பட்டதால் இந்த எண்ணிக்கைகள் தவறாக இருக்கின்றன. பரந்த இடத்தில் அலைவதாலும், கண்காணாக் காட்டினுள் வாழ்வதாலும், புலியின் எண்ணிக்கைகளைக் கணிப்பது கடினம். ஆகவே, கணக்கிட முற்படுமுன் முதலில் நமக்கிருக்கும் பொருளாதார வசதி, ஆள்பலம் ஆகியவற்றை மனதில் கொள்ள வேண்டும்.

ஒரு நாட்டளவிலோ அல்லது ஒரு பகுதியளவிலோ புலியின் எண்ணிக்கையைக் கணக்கிடும்போது, அந்த இடத்தில் புலிகளின் வாழிடம் பெருகி வருகிறதா அல்லது குறுகிப் போய்க்கொண்டிருக்கிறதா என்பதை முதலில் கண்டறிய வேண்டும். புலியின் காலடிச்சுவடு, எச்சம் இவற்றை மட்டுமே வைத்து, அந்த இடத்தில் புலி ஏதும் இருக்கிறதா இல்லையா என முடிவுகட்ட இயலும். பின்னர் புலி வசிக்குமிடங்களைப் பற்றிய வரைபடமொன்றை எளிதாகத் தயாரிக்கலாம். இந்த வேலைக்கு புலிகளை எண்ணத் தேவையில்லை.

புலிச் சரணாலயங்களைப் பராமரிப்பதற்கு புலியின் எண்ணிக்கையில் ஏற்படும் ஏற்றத் தாழ்வுகளை அறிந்திருப்பது

போதுமானது. புலியின் காலடிச் சுவட்டையும் எச்சங்களையும் பார்த்தே இதை அறியலாம். 16 கிலோ மீட்டருக்கு ஒரு குழு என்ற விகிதத்தில் நடந்து இத்தடயங்களைப் பதிவு செய்தால், புலியின் எண்ணிக்கை குறைந்துள்ளதா அல்லது கூடியிருக்கிறதா என்று அறியலாம். புலிகளைக் கண்ணால் கண்டு எண்ணத் தேவையில்லை.

காட்டில் புலிக்கு இரையாகும் மான் போன்ற விலங்குகளின் எண்ணிக்கைக்கும் அங்கு வாழும் புலிகளின் எண்ணிக்கைக்கும் நெருங்கிய தொடர்பு உண்டு. இரை விலங்குகளை எளிதில் பார்த்து எண்ண இயலும்; புலிகளைக் காண்பதுகூட கடினம். மாதிரிக் கணக்கெடுப்பு முறையில் கணக்கெடுப்பவர்கள், காட்டின் குறுக்கே நேராக நடந்து வழியில் காணும் இரை விலங்குகளை எண்ணுவார்கள். எங்கே, எவ்வளவு இடைவெளியில் இவை காணப்படுகின்றன என்பதைப் பதிவு செய்து, கணினியின் மூலம் இவ்விலங்குகளின் எண்ணிக்கையைத் தோராயமாகக் கணிப்பார்கள். இரை விலங்குகளின் எண்ணிக்கையின் அடிப்படையிலும் அங்கு வாழும் புலிகளின் எண்ணிக்கையை கணிக்க இயலும்.

எனினும், புலிச் சரணாலயத்தின் மேலாண்மைக்கு, புலியின் வாழ்வு முறையைக் கண்டறிவதும், எத்தனை புலிகள் அங்கு உள்ளன என்று துல்லியமாகக் கணக்கெடுப்பதும் அவசியமாகிறது. ஒரு பெண் புலிக்கு, குட்டிகளை வளர்க்கத் தேவையான இடப்பரப்பு எவ்வளவு என்பதை ரேடியோப் பட்டை முறை மூலம் அறிவியலாளர்கள் அறிந்திருக்கிறார்கள். இதன் அடிப்படையில் ஒரு சரணாலயத்தில் எத்தனை பெண் புலிகள் இருக்க முடியும் என கணிக்க முடியும். ஆனால் இந்த முறையைக் கையாள ஏராளமான பொருட் செலவு ஆகும். தொலையுணர்வுக் கருவி மூலம் வேங்கைகளின் எண்ணிக்கையை அறிவது கடினம்.

புலிகளின் வரிகள், மனிதரின் கைரேகை போல, தனித்தன்மை கொண்டவை. இதை அடிப்படையாக வைத்து, காமிராப் பொறி மூலம் புலிகளைக் கணக்கெடுக்க முடியும். தானியங்கிக் காமிரா ஒன்று புலிகள் நடமாடும் இடத்தில் பொருத்தப்படுகிறது. அதன் முன் ஒரு விலங்கு நடந்தால் காமிரா முன் உள்ள அலைவரிசை தடைபட்டு, காமிரா இயக்கப்பட்டு நிழற்படம் எடுக்கப்படுகிறது. இந்தப் படங்களை வைத்து அந்த இடத்தில் எத்தனை புலிகள் நடமாடுகின்றன என்று கணிக்க முடியும்.

ஆனால், ஒரு இடத்தில் வாழும் புலிகள் எல்லாமே இந்த காமிராப் பொறிமுன் வருமென்று சொல்ல முடியாது.

ஆகவே, இருக்கும் புலிகளின் எண்ணிக்கையைவிட குறை வாகவே நம் கணிப்பு இருக்கும். காமிராப் பொறி முறையை வேறு ஒரு கணக்கெடுப்பு முறையுடன் இணைத்துச் செயல் படுத்தினால் நல்ல பயன் கிடைக்கும். சில விலங்குகள், பறவைகளை பிடித்து, அடையாளமிட்டு, பின் காட்டில் விட்டு விடுவது ஒரு காட்டுயிர் கணக்கெடுப்பு முறை. இதைப் பிடித்து விடுவிக்கும் முறை என்று கள ஆய்வாளர் குறிப்பிடுவர். புலிகளுக்குத் தான் அடையாளம் தேவையில்லையே. வரிகள் தனிப்பட்ட அடையாளம்தானே. பிடித்து விடுவிக்கும் முறையின் கோட்பாட்டில் புலிகளைத் தானியங்கி காமிராவில் படமெடுத்து, அந்தத் தகவல்கள் பதிவு செய்யப்படுகின்றன. எத்தனை புலிகள் மறுபடியும் காமிராவால், பிடிக்கப்படு கின்றன என்ற விவரத்தின் அடிப்படையில் கணினியின் மூலம் புலிகளின் எண்ணிக்கையைக் கணிக்க முடியும்.

ஜிம் நிக்கல்ஸும், நானும் இந்தியாவில் ஒன்பது இடங்களில் இம்முறையைப் பயன்படுத்தி புலிக் கணக்கெடுப்பு செய்தோம். புலிகளின் எண்ணிக்கை மட்டுமல்லாமல், அவை சாகும் விகிதம், புலிகளின் குடியேற்றம் பற்றிய விவரங்களும் கிடைத்தது. பல வருடங்களாகப் புலிகளை ரேடியோப்பட்டை முறையின் மூலம் கண்காணித்தாலும் இத்தகைய விவரங்கள் கிடைப்பது கடினம். எதிர்காலத்தில், புலியின் எச்சம், மயிர் இவற்றின் மூலம் மரபணு (டி.என்.ஏ) விவரங்கள் அறிந்து புலிகளைக் கணக்கிடக்கூடும். இத்துடன் பிடித்து விடுவிக்கும் முறையை இணைத்து, அரிய தரவுகளை நாம் பெற முடியும்.

உருவில் தன்னைவிட பெரிய இரைவிலங்கைக்கூட கொன்று தின்ன ஏதுவாக புலியின் உடல்வாகும் புலன்களும் பரிணாம வளர்ச்சியில் உருவாகியிருக்கின்றன. © வால்மீகி தாப்பர்.

புலி தோன்றிய கதை

பரிணாம உறவுகள்

இன்று வாழும் புலிகளைப் பற்றி அறியுமுன் சற்றே பின்னோக்கி, புலிகள் எவ்வாறு உருவாகின? எவ்விதம் வெவ்வேறு வாழிடங்களுக்கேற்ற இயைவு கொண்டு ஆசியா முழுவதும் பரவின என்று பார்க்க வேண்டும். தொல்லுயிரிய லாளர், புவியியலாளர், வகைப்பாட்டியலாளர், மரபணுவிய லாளர், புவிஉயிர்ப்பரவியலாளர் இவர்களின் ஆய்வுகள் வேங்கையின் பரிணாமப் பாதையையும், அது ஆசியாவில் பரவியதையும் பற்றிய பல அரிய விவரங்களை அளித்துள்ளன.

வகைப்பாட்டியலாளர்கள் எல்லாப் பாலூட்டிகளையும், மனிதர் உட்பட, 26 அலகுகளாக வகைப்படுத்தியுள்ளனர். மனிதராகிய நாம் குரங்குகளோடு முதல் நிலை உயிரிகளாக இருப்பது போல, புலிகள் ஊனுண்ணிகள் என வகைப்படுத்தப் பட்டுள்ளன. ஊனுண்ணிகளில் புலி, பூனைக் குடும்பத்தைச் சேர்ந்தது; கரடி, நாய், கீரி, மரநாய் போன்ற மற்ற ஊனுண்ணி களிலிருந்து வேறுபட்டிருக்கிறது.

பூனை, குடும்பத்தினுள், புலி, பாந்த்தீரா எனும் பேரினத்தைச் சேர்ந்தது. இவை உறுமும் பூனைகளாகும். இதே பேரினத்தைச் சார்ந்தவைதான் சிங்கம், சிறுத்தை மற்றும் தென் அமெரிக்கக் காடுகளில் வாழும் ஜாகுவார். மற்ற பூனைகளுக்கும் இந்தப் பேரினப் பூனைகளுக்கும் உள்ள முக்கிய வேறுபாடு உறுமல் எழுப்ப உதவும் தொண்டையில் ஊசலாடிக் கொண்டிருக் கும் ஒரு எலும்பு. புலியின் அறிவியல் பெயர் அதன் பேரினப் பெயரையும் சிறப்பினப் பெயரையும் இணைத்து *பாந்த்தீரா டைக்ரிஸ்* என்று வழங்கப்படுகிறது.

அறிவியலில் உயிரினங்கள், சிறப்பினம், உப சிறப்பினங் களாக பிரிக்கப்படுகின்றன. முன்னர், வகைப்பாட்டியலாளர்,

காட்டில் புலிகளின் உயிர்த்தொகையைச் சரியாகக் கண்டறிய, காட்டுயிரியலாளர்கள் தானியங்கி காமிராப் பொறியைப் பயன்படுத்து கிறார்கள். நிழற்படங்களை வைத்து, புலியின் வரிகள் வேறுபட்டிருப்ப தின் அடிப்படையில், ஒவ்வொரு புலியையும் அடையாளம் காண முடியும். © மாயா ராமசாமி

கிழக்காசியாவில் அல்டைகா, தென் மத்திய சீனாவில் அமோயன்சிஸ், மேற்காசியாவில் விர்கட்டா, இந்தோசீனாவில் கார்பெட்டி மற்றும் பாலி, ஜாவா சுமத்ரா தீவுகளில் முறையே பாலிகா, சொன்டைக்கா மற்றும் சுமத்ரே என புலிகளை எட்டு உபசிறப்பினங்களாக இனங்கண்டனர். ஆனால் வகைப் பாட்டியலாளர் அண்மைக்கால ஆய்வுப்படி இவைகளில் மூன்று மட்டும்தான் சரியான வகைப்பாடு என்ற முடிவுக்கு வந்துள்ளனர்.

பூனையினம் மற்றும் பல விலங்குகள் பரிணாமப் பாதையில் ஒன்றுக்கொன்று கொண்டுள்ள நெருக்கத்தை, இவ்விலங்குகளின் ரத்தம் மற்றும் சதையைப் பரிசோதிப்பதின் மூலம் கண்டறியும் முறை ஒன்றை 1970களில் மூலக்கூறு மரபியலாளர்கள் உருவாக்கினார்கள். அமெரிக்காவிலுள்ள தேசிய புற்றுநோய் நிறுவனத்தில் பணிபுரியும் ஸ்டீவன் ஓப்பிரியனும் அவரது சக ஊழியர்களும் இந்த முறையை நெறிப்படுத்தி, மூலக்கூறு மூலம் பெரும் பூனைகளின் தோற்றத்தை ஆராய்கிறார்கள். மற்றுமொரு புதிய அணுகுமுறை, புவி உயிர்ப் பரவியல் சார்ந்தது. பருவ நிலையில் ஏற்படும் மாறுதல்களின் அடிப்படையில் தாவரங்கள், புலிகள் அவைகளுக்கு இரையாகும் விலங்குகள் இவை எங்கெங்கு பரவியிருந்தன என்பதை அறிய முற்படுவது இந்த முறை.

தற்கால அறிவியலாளர்கள் இம்மாதிரியான பல முறைகளை இணைத்து – மரபணுவியல், புவி உயிர்ப்பரவியல் மற்றும் சூழியல் சார்ந்த முறைகள் – புலியின் பரிணாம வளர்ச்சி, பரவிய விதம் முதலியவற்றைக் கணிக்க முற்படுகிறார்கள். வரலாற்றுக்கு முற்பட்ட காலம் தொடங்கி இன்றுவரை புலியின் கதையை அவர்கள் மீட்டெடுக்க முயற்சி செய்கிறார்கள்.

புலியின் பரிணாம வளர்ச்சியைப் பாதித்த கூறுகள்

புலி தன்னைவிடப் பெரிய குளம்புக்காலி விலங்குகளைக் கூட அடித்துக் கொல்லும் வலிமை படைத்த ஊனுண்ணியாக இயற்கைத் தேர்வால் வடிவமைக்கப்பட்டுள்ளது. மறைந்து வாழவும் நிழலுக்கும் காடு, உண்ண இரைவிலங்குகள், குடிநீர்– இவையே புலியின் சூழியல் தேவைகள். இந்தப் பெரும்பூனை, பரிணாம வளர்ச்சியில், சந்தர்ப்பங்களைச் சாதகப்படுத்தி, ஆசியாவின் காடுகளில் இரை விலங்குகளின் வேட்டையாடியாகத் தோன்றியது. பருவநிலையிலும் தாவரங்களிலும் ஏற்பட்ட மாற்றமும், இம்மாற்றத்தால் புலியின் இரையான குளம்பு விலங்குகள் ஆசியாவில் பரவியதும் புலியின் பரவலுக்குத் துணை செய்தன.

இரண்டு மில்லியன் ஆண்டுகளுக்கு முன் துவங்கிய ப்ளீஸ்டோசின் யுகம், 10,000 ஆண்டுக்கு முன் துவங்கிய ஹோலோசின் யுகம் வரை நீடித்தது. இந்த யுகத்தில் பூமியின் பருவ நிலையில் அவ்வப்போது பல மாற்றங்கள் ஏற்பட்டன. குளிர்ந்த வறண்ட காலம், பின் வெதுவெதுப்பான, ஈரமிக்க காலம் என மாறி மாறி வந்தன. கடந்த 2.6 மில்லியன் வருடங்களில் இத்தகைய சுழற்சிகள் ஏறக்குறைய ஐம்பது முறை ஏற்பட்டிருக்கலாம் என்பது கணிப்பு. இத்தகைய பருவ காலம் ஒவ்வொன்றும் பல ஆயிரக்கணக்கான ஆண்டுகள் நீடித்தது புலிக்கு சூழியல் மாறுதலுக்கேற்ப நெகிழ்ந்து கொள்ளத் தேவையான அவகாசத்தைக் கொடுத்தது. இவ்வாறான குளிர்ப் பருவநிலை கடைசியாக 20,000 ஆண்டுகளுக்குமுன் நிகழ்ந்தது.

அப்படிப்பட்ட குளிர்ப் பருவநிலையின் போது, பனியாறுகள் தெற்கு நோக்கி நகர்ந்து வடக்கு மற்றும் மத்திய ஆசியாவின் பகுதிகளில் பரவின. பூமியின் மேற்பரப்பிலுள்ள நீர்ப் பகுதி பனியாறுகளாக உறைந்ததால், கடல் மட்டம் குறைந்து, ஆசியாவையும் அருகிலிருந்த தீவுகளையும் நிலப் பாலங்கள் இணைக்க ஆரம்பித்தன. இத்தகைய குளிர் யுகத்தில் மழைப் பொழிவு குறைவு. பருவநிலை வறண்டதாக இருந்தது. இதன் விளைவாக, ஆசியாவில் காடுகள் குறைந்து, புல்வெளிகள் விரிந்தன.

இது ஒருபுறமிருக்க, வெப்ப காலங்களில் பனிப்பாறைகள் உருகி, கடல் மட்டம் உயர்ந்து நிலப்பாலங்கள் நீரில் மூழ்கின. இத்தகைய வெப்பப் பருவநிலைகளில் காடுகள் விரிந்து பரவி, புல் வெளிகள் குறுகின.

இந்த மாறுதல்களுக்கேற்ப, மான், இரலை, காட்டெருது மற்றும் காட்டுப் பன்றி போன்ற குளம்பு விலங்குகள் பரிணமித்து, ஆசியாவெங்கும் பரவின. இந்தக் குளம்பு விலங்குகளை வேட்டையாடித்தான் புலி உருவாகியது என்று சூழியலாளர் மெல் சன்க்விஸ்ட் அண்மையில் நிரூபித்துள்ளார். அடர்ந்த காடுகளில் ஒரு டன் எடையுள்ள பெரிய குளம்புக்காலிகளைக் கூட அடித்துக் கொல்ல ஏதுவாக, புலி, தனியாக, பதுங்கி மறைந்திருந்து தாக்கும் வேட்டையாடியாக உருக்கொண்டது. தன் இரையான குளம்புக்காலிகள் இருக்குமிடமெல்லாம் பரவிய புலியின் வாழிட விரிதலை சில சூழியல் கூறுகள் கட்டுப்படுத்தின.

புலி வலுவாக நீந்தக் கூடியது. எட்டு கிலோமீட்டரை எளிதாக நீந்திக் கடக்கும். எனினும், கடல் மட்டம் உயர்ந்து,

நில இணைப்புக்கள் துண்டிக்கப்பட்டதால் போர்னியா, இலங்கை மற்றும் தென் அமெரிக்க காடுகளுக்குள் அவை பரவ முடியவில்லை. வெப்ப நிலையில் காடுகள் விரிவடைந் தாலும், மேற்காசியாவின் சில இடங்களில், பாலைவனம் பரவி, அங்குள்ள புலிகளை சீனாவிலுள்ள புலிகளிலிருந்து துண்டித்துவிட்டது.

பனியாறு யுகத்தில், கடல் மட்டம் குறைந்த போது நில இணைப்புகள் அதிகரித்தன. ஆனால், புல்வெளிகள் பரந்து காடுகள் சுருங்கியதால் தெற்காசியாவில் புலியின் வாழிடப் பரப்பு விரிவடையவில்லை.

வரலாற்றுக் காலத்தில், புலியின் வாழிடப் பரவல் முந்தைய காலகட்ட நிகழ்வுகள் பலவற்றால் – கடல் மட்ட மாற்றம், பருவநிலை மாற்றத்தால் தாவரங்களில் ஏற்பட்ட மாற்றம், இறுதியாக பல்லாயிரம் ஆண்டுகளில் நிகழ்ந்த குளம்பு விலங்குகளின் தோற்றமும் பரவுதலும் – பாதிக்கப்பட்டது. ஹோலோசின் யுகத்தில், கடந்த 10,000 வருடங்களில், மேற் கூறிய இயற்கை கூறுகளுடன், மனிதர்கள் தீயைப் பயன் படுத்தியதாலும் வேளாண்மை செய்ததாலும் சூழலை வெகு வாக மாற்றி விட்டார்கள். இதன் விளைவாக அண்மைக் காலத்தில் புலி எங்கெங்கே வாழலாம் என்பதைத் தீர்மானிப் பதில் மனிதர் பெரும் பங்காற்றினர்.

பரிணாம வளர்ச்சியின் காலமும் பரவுதலும்

புலி எவ்வாறு பரிணாம வளர்ச்சியடைந்து பரவியது என்பது பற்றி வகைப்பாட்டியலாளர், மரபியலாளர் இவர் களிடையே ஒருமித்த கருத்து கிடையாது. ராயல் ஸ்காட்டிஷ் அருங்காட்சியகத்தின் ஆண்ட்ரூ கிச்னரும் அவரது குழுவும், இதுவரை கிடைத்த ஆதாரங்களின் அடிப்படையில், புலியின் தோற்றம், வளர்ச்சி பற்றிய சில முடிவுகளுக்கு வந்துள்ளனர். அவர்கள் கூற்றுப்படி, ஆசியாவில் *பாந்த்தீரா* பூனைகள் (புலி போன்ற) *ஃபெலிடே* இனத்திலிருந்து சுமார் 5 மில்லியன் ஆண்டுகளுக்கு முன் பிரிந்தன. *பாந்த்தீரா* இனத்திற்குள், புலிகள் முதலில் கிழக்காசியாவில் தோன்றின. பின்னர் சிங்கமும் சிறுத்தையும் ஆப்ரிக்காவில் தோன்றின. புலியின் தொல்படிவங்கள் சைனாவிலும், ஜாவாத் தீவிலும் கிடைத் துள்ளன. பண்டைய புலி இன்றைய புலியைவிட உருவில் சிறியதாயிருந்தது என்பது புலப்படுகிறது. இந்த தொல்படிவங் கள் 1.66 முதல் 2 மில்லியன் ஆண்டுகள் தொன்மையானவை. அக்காலகட்டத்திலேயே புலி ஆசியாவில் பல பாகங்களிலும் பரவியிருந்தது என்பது விளங்குகிறது.

1.3 முதல் 0.7 மில்லியன் ஆண்டுகளுக்கு முன்பே புலிகள் சைனாவிலும் தென்கிழக்காசியாவிலும் பரவியிருந்தன என்பதும் இந்தத் தொல்படிவச் சான்றுகள் மூலம் புலனாகிறது. ஏழு லட்சம் ஆண்டு முதல் ஐம்பதாயிரம் ஆண்டுகளுக்குட்பட்ட புலியின் தொல்படிவங்கள் இதனிலும் விரிந்த பிரதேசங்களான ரஷியாவின் சைபீரியா, அல்டாய், காகசஸ் போன்ற இடங்களில் அகழ்வாராய்ச்சியில் கிடைத்துள்ளன. இதே கால கட்டத்தில் புலிகள் ஜப்பானுக்குள்ளும், ஆசியாவையும் வட அமெரிக்காவையும் இணைத்த பெரிங்நீரிணை எனும் நிலப் பாலத்திற்குள்ளும் குடியேற்றம் செய்தன. ஆனால் வட அமெரிக்கக் கண்டத்தினுள் புலி குடியேறியதற்கான தடயங்கள் ஏதுமில்லை.

இந்திய உபகண்டத்தில் ஏறத்தாழ 12000 ஆண்டுகளுக்கு முன்புதான் புலி குடியேறியிருக்க வேண்டும். இந்தியாவிலிருந்து ஆப்கானிஸ்தான் வழியாக அவை மேற்காசியாவிற்குப் பரவியிருக்க வேண்டும். எனினும் கடல் மட்டம் உயர்ந்து இலங்கை ஒரு தீவாக உருவானதற்கு முன்பே புலி அங்கு குடியேற முடியாமல் போய்விட்டது எனக் கருத வாய்ப்புண்டு. மாறாக, புலி முன்னரே இந்தியாவில் இருந்திருக்கலாம் ஆனால் பனியாறு மாற்றத்தால் வனப்பரப்பு குறைந்து, அவைகளின் வாழிடம் சுருங்கியிருக்கலாம். இதே போல, மலேசியா, சுமத்ரா, ஜாவா, பாலி போன்ற இடங்களில் குடியேறியிருந்தாலும் கடல் மட்டம் உயர்ந்ததால் போர்னியோவிற்குள் பரவமுடியவில்லை. ஜப்பானில் புலி அற்றுப் போக மக்கள் குடியேற்றமும் சூழியல் மாறுதலும்தான் காரணங்கள்.

புவியியல் ரீதியாகச் சொல்லப் போனால் பூமியில் 100 டிகிரி அட்சரேகை 70 டிகிரி தீர்க்கரேகை இவற்றிற்கிடைப்பட்ட நிலப்பரப்பில்தான் புலி வாழ்ந்தது. நாடுகள் ரீதியாக கூற முற்பட்டால், வரலாற்றுக் காலத்தில் புலி முப்பது நாடுகளிலிருந்தது. மேற்கில் ஆர்மினியா, அசர்பைஜான், ஜார்ஜியா, ஈரான், துருக்கி, கசக்ஸ்தான், வடக்கில் மங்கோலியா, சைனா, ரஷியா, வட, தென் கொரியா, தெற்கில் பாகிஸ்தான், இந்தியா, நேபாளம், பூடான், வங்கதேசம் தென்கிழக்காசியாவில் மயன்மார், தாய்லாந்து, லாவோஸ், கம்போடியா வியத்நாம், மலேசியா, சிங்கப்பூர் மற்றும் இந்தோனேசியா.

மனிதர்களின் பாதிப்பினால் புலி வாழுமிடங்கள் இன்று வெகுவாகக் குறைந்துவிட்டன. மேற்கூறிய பல நாடுகளில் புலி பூண்டோடு அற்றுப் போய்விட்டது. இன்று பதிமூன்று நாடுகளில் மட்டுமே பிழைத்திருக்கின்றது; ரஷியா, சைனா, இந்தியா, நேபாளம், பூடான், வங்கதேசம், மயன்மார்,

தாய்லாந்து, லாவோஸ், கம்போடியா, வியத்நாம், மலேசியா, இந்தோனேசியா. இந்தக் குறுகிய வாழ்பரப்பிலும், புலிகள் நூற்று ஐம்பது இடங்களில் உள்ளன. எனினும் இவை முந்தைய வாழ்பரப்பில் ஐந்து விழுக்காடு மட்டுமே.

புலியின் வாழிடம்

சூழ்நிலைக்கேற்றவாறு இயைவு கொள்ளும் திறனால், வேங்கை வேறுபட்ட உயிர்வாழ்ப்பகுதிகளில் நிலை கொண்டுள்ளது. – 35 டிகிரி செல்ஷியஸ் கடுங்குளிர் நிறைந்த தூரக் கிழக்கு ரஷியாவிலும் 48 டிகிரி செல்ஷியஸ் அனல் பறக்கும் வட இந்தியாவிலும் புலி வாழ்கிறது. 600 மில்லி மீட்டரே மழை பெய்யும் உலர்வனப்பகுதிகளிலும் 10,000 மில்லி மீட்டர் மழை பொழியும் பசுமைமாறாக் காடுகளிலும் புலி வசிக்கும். பருவநிலை எவ்வாறிருந்தாலும் நன்னீர் எளிதாகக் கிடைக்கும் இடமாக யிருத்தல் வேண்டும். எனினும் சிறுத்தையும், சிங்கமும் வாழக்கூடிய சில வரண்ட பிரதேசங் களைப் புலி அண்டாது. புலியின் வாழிடம் கடல் மட்டத்தி லிருந்து 3000 மீட்டர் உயரமான பிரதேசம் வரை இருக்கலாம். கிழக்கு இமயமலையில் 4000 மீட்டர் உயரமான கணவாய் களைக் கூட புலி கடப்பதுண்டு.

தெற்கு மற்றும் தென்கிழக்காசியாவில் புலிகள் பசுமைக் காடுகள், இலையுதிர்காடுகள், வறண்ட இலையுதிர்வனங்கள் மற்றும் முள்புதர்க் காடுகளிலும் வாழ்கின்றன. பெரிய நதிகளின் முகத்துவாரத்திலுள்ள சுரபுன்னைக் காடுகளிலும், புற்காடுகளிலும் கூட இவை காணப்படும். தென் சீனாவில் மிதவெப்ப மலைக்காடுகளில் புலிகள் உண்டு. தூரக்கிழக்கு ரஷியாவில் புலிகள் மித வெப்ப பைன் மரக் காடுகளிலும் ஊசியிலைக் காடுகளிலும் வசிக்கின்றன. மேற்கு மற்றும் மத்திய ஆசியாவில் புலிகள் இனம் குன்றி அழிந்து போவதற்கு முன், நாணல் காடுகள், புற்காடுகள், பாலைவனம் போன்ற பிரதேசங்களிலுள்ள வனப்பகுதிகள் இவற்றில் வசித்தன.

புலிகளின் இயற்கையான வாழிடத்தை மனிதர்கள் சீரழித்து விட்ட பின்னர், மாற்றத்திற்கேற்ப நெகிழ்ந்து புலி தேக்குமரக் காடுகளிலும், ரப்பர், கரும்பு, ஏலம், காப்பி போன்ற தோட்டப் பயிர்க் காடுகளிலும் கூட குடி கொண்டன.

புலிகளின் இரை

பல இயற்கைவாதிகளின் அவதானிப்பின்படி, புலியின் இரை கறையானிலிருந்து யானைக்கன்று வரை விரிந்தது. எனினும் புலிகளின் பரிணாம வளர்ச்சியும், பிழைத்திருத்தலும்

பெரும் குளம்பிகளை (20 கிலோவிற்கு மேற்பட்ட) சார்ந்தே இருக்கின்றன. இவ்வகையான இரை விலங்குகள் இல்லாத இடத்தில் புலிகள் உயிர்வாழ இயலாது.

ஆசியக் காடுகளில் புலிக்கு இரையாகக் கூடிய பல விலங்கினங்கள் உண்டு. புலி வாழும் எல்லா இடங்களிலும் அவை உட்கொள்ளும் உணவைப் பற்றி விரிவான ஆய்வு ஏதும் செய்யப்படவில்லையெனினும் சில குறிப்பிட்ட குளம்பு விலங்கினங்கள்தாம் புலிகளின் பிரதான இரை; வட ஆசியாவில் மூஸ், செம்மான், ரோ மான், சிக்கா மான், மற்றும் காட்டுப் பன்றி. தெற்கு மற்றும் தென் கிழக்காசியாவில் பருவ மழைக் காடுகளுள்ளதால், புலிக்கு வேறுபட்ட இரை விலங்குகள் கிடைக்க ஏதுவாகிறது; பெரிய மான்களான கடம்பை மான் (மிளா), சதுப்பு நில மான், புள்ளி மான், எல்ட்ஸ் மான், திமோரிஸ் மான், கேளையாடு மற்றும் யாக் எருது, காட்டெருதுகளான கவுர், பான்டெங், கோப்ரே, இரலைகளான நீல்காய், சௌசிங்கா இவைகளையும் புலி உண்ணும். சில சமயங்களில் வரையாடு, கூரல், செராவ் போன்ற காட்டாடுகளையும் புலி அடித்து உண்பது உண்டு. இத்துடன் மலேயாவிலுள்ள பேப்பிரையும், (பன்றி வகை), யானை மற்றும் காண்டாமிருகத்தின் கன்றுகளையும்கூட இரையாகக் கொள்வதுண்டு. பலவகையான குரங்குகளையும், முள்ளம்பன்றிகளையும் புலி அடித்துண்பதுண்டு. புலி வாழும் எல்லா வேறுபட்ட வாழிடங்களிலும் கிடைக்கக்கூடிய ஒரு இரைவிலங்கு காட்டுப் பன்றிதான்.

அரிதாக, புலி தான் வாழுமிடத்திலுள்ள மற்ற ஒரு ஊனுண்ணியை – சிறுத்தை, செந்நாய் – போன்றவற்றைக் கொன்று புசிப்பதுமுண்டு. ரஷியாவில் கருங்கரடியையும் செங்கரடியையும் புலி இரையாகக் கொள்வதுண்டு. இந்தியாவிலும் நேபாளத்திலும் கூட கரடிகளைப் புலி உண்பது பதிவு செய்யப்பட்டிருக்கிறது. கால்நடைகளையும் வளர்ப்புப் பிராணிகளையும் புலி அடித்துண்ணும்; மாடு, எருமை, யாக், குதிரை, ஒட்டகம் மற்றும் நாய்கள் கூட இதில் அடக்கம்.

புலிகளுள் உட்சிறப்பினம்

பெருவாரியான வகைப்பாட்டியலாளர்கள், உலகிலுள்ள எல்லாப் புலிகளும் *பாந்த்தீரா டைக்ரிஸ்* சிறப்பினத்தைச் சேர்ந்தவையே என்பர். எனினும் வேறுபட்ட வாழிடங்களில் இயற்கைத் தேர்வின் தாக்கத்தில், பல்வேறு இரைகளை உண்டு சூழ்நிலைக்குகந்தவாறு மாற்றிக்கொண்டு வாழ வேண்டிய நிர்ப்பந்தம் புலிக்கு. இத்தகைய மாற்றத்தால்

சில வாழிடங்களில் புலி தோற்றத்திலும், நிறத்திலும் சிறிதே வேறுபட்டிருப்பதுண்டு. ஒரே பிரதேசத்தில் வாழும் புலிகளுக் குள்ளும் இவ்வகையான மாற்றங்களைக் காண முடியும். இம்மாற்றம் வகைப்பாட்டியல் ரீதியில் மயக்கத்தையே ஏற்படுத்துகிறது.

தோற்றத்தில் வேறுபட்ட புலிகளை உட்சிறப்பினமாக வகைப்பாட்டியலாளர்கள் கண்டனர். தனிப்படுத்தப்பட்டு, பரிணாம வளர்ச்சியால் வேறுபட்ட தன்மைகளை அடைந்தது என்று கருதினார்கள். 1758ல் ஸ்வீடனைச் சேர்ந்த வகைப் பாட்டியல் முன்னோடி கார்ல் லின்னேயஸ் முதலில் புலிக்கு *பாந்த்தீரா டைக்ரிஸ்* என்ற அறிவியல் பெயரைச் சூட்டினார். பின்னர், இந்திய உபகண்டத்தில் கிடைத்த தரவுகளின் அடிப் படையில் இங்குள்ள புலிகளை *பாந்த்தீரா டைக்ரிஸ்டைக்ரிஸ்* என்ற உட்சிறப்பினமாக இனங்கண்டார். லின்னேயஸ் வழி வந்த மற்ற வகைப்பாட்டியலாளர்களும் புலிகளில் இவ்வாறே மேலும் ஏழு உட்சிறப்பினங்களை அடையாளம் காட்டினர்.

முந்தைய வகைப்பாட்டியலாளர்கள், விலங்குகளை புற முத்திரை வேறுபாடுகளையும் ஒற்றுமைகளையும் அடிப்படை யாகக் கொண்டு, அவற்றின் பரிணாம உறவுகளையும் தொடர்புகளையும் அறிய முற்பட்டனர். புலியைப் பொறுத்த வரையில், உட்சிறப்பினத்தின் தனித் தன்மைகளை அறிய மண்டையோடு, மற்ற எலும்புகளின் அளவு, உடல்வாகு, மயிர்ப் போர்வையின் நிறம் போன்ற அம்சங்களைக் கணக் கிலெடுத்துக் கொண்டனர். இவர்களது கணிப்புப்படி மேலும் ஏழு உட்சிறப்பினங்கள் இனங் காணப்பட்டன. ஆனால் ஆண்ட்ரூ கிச்னர் சுட்டிக் காட்டியது போல, பாடம் செய்யப் பட்டிருந்த பதினோரு புலிகள் மட்டுமே இந்த வகைப்படுத்து தலுக்கு ஆதாரம்.

ஒரே பிரதேசத்திலிருக்கும் புலிகளுக்கிடையே கூட உருவ அளவும் நிறமும் மாறுபட்டிருக்கலாம். ஆகவே சில புலிகளை மட்டுமே அவதானித்து வகைப்படுத்துவது ஒத்துக்கொள்ளக் கூடியதாக இல்லை. எனினும் எட்டு உட்சிறப்பினம் என்ற கருதுகோள் வனவிலங்கு ஆர்வலர்கள் மற்றும் உயிரியல் பூங்காவிலுள்ளோர் மனதில் வேரூன்றிவிட்டது எனலாம்.

இத்தகைய வகைப்படுத்துதல் சரியல்ல என்று அண்மைக் கால ஆய்வுகள் காட்டுகின்றன. மரபணுத் தடயங்களை வைத்துப் பார்த்தால் 20,000 ஆண்டுகளுக்கு முன்பு ஆசியா விலுள்ள புலிகளுக்குள் தொடர்பு இருந்தது என்பது புலனாகிறது.

ஆண்ட்ரூ கிச்னரும் அவரது சகாக்களும், அருங்காட்சியகத்திலிருக்கும் பாடம் செய்யப்பட்ட புலிகளின் உடலளவுகளையும், வரிகளின் அமைப்பையும், ஆவணங்களையும் வைத்து, புலிகளின் வகைப்படுத்துதலை மறுபரிசீலனை செய்துள்ளனர். அண்மைக்கால மரபணு மற்றும் புவி உயிர்ப் பரவியல் தடயங்களையும் தங்கள் கூற்றுக்குச் சான்றாகக் காட்டினர். அவர்களது வாதம் என்னவென்றால் புலிகளிடம் காணப்படும் உருவ வேறுபாடுகள், பூகோள ரீதியாக தனிமைப் படுத்தப்பட்டதால் உருவான பரிணாம மாற்றங்களல்ல என்பதுதான்.

புலிகளுக்கிடையிலுள்ள இத்தகைய சிறு சிறு வேறுபாடுகளை உயிரியல் மற்றும் சூழியல் ரீதியாக விளக்க முடியும். உலகின் வடபாகத்தில் குளிரான பகுதியில் வாழும் விலங்குகள் உருவில் பெரிதாக இருக்கும். இந்தக் கோட்பாட்டை பெர்க்மென் விதி என்று உயிரியலாளர் குறிப்பிடுவர். சில பருவ காலங்களில் தாவர இரை மிகுந்திருப்பதால் சில விலங்குகள் உருவில் பெருத்திருக்கும் இதை உயிரியலாளர் கத்ரி விதி என்பர். இரைவிலங்கின் உருவ அளவும் புலியின் உருவ அளவைப் பாதிக்கலாம். ஒரு நிலப்பகுதியின் காலநிலை புலியின் மயிர்ப்போர்வையின் வண்ணங்களில் பாதிப்பை ஏற்படுத்தலாம் இது க்ளோகர் விதி எனப்படும்.

ஆகவே, ஊடகங்களும், உயிரியல் பூங்கா நிர்வாகிகூட நம்பும் 'புலியின் எட்டு உட்சிறப்பினம்' எனும் கருத்தாக்கத்திற்கு ஆதாரம் ஏதும் கிடையாது. மூன்று உட்சிறப்பினம்தான் உண்டு என்பதைத்தான் பரிணாம ஆதாரங்கள் சுட்டிக்காட்டுகின்றன. வரலாற்றுக்காலம் வரை புவியியல் ரீதியாக தனிமைப் படுத்தப்பட்டதால் உருவானவை இவை. முதலாவது *டைக்ரிஸ்* எனப்படும் வகை. முன்பு நான்கு உட்சிறப்பினங்களாக குறிப்பிடப்பட்ட ஆசிய வகைகளை உள்ளடக்கியது. இரண்டாவது *சுமத்ரே* எனப்படும் வகை, சுன்டா தீவில் காணப்படுவது. அற்றுப்போய்விட்ட பாலி மற்றும் ஜாவா புலியினங்களை உள்ளடக்கியது. மூன்றாவது மேற்காசியப் புலி *விர்கட்டா*. இப்போது பூண்டோடு அற்றுப்போய்விட்டது.

இந்த விவரங்கள் நமக்கு உணர்த்துவது என்ன? நாம் புலியின் உட்சிறப்பினங்களைப் பற்றிக் கவலைப்படாமல், இன்று பரந்து வாழும் புலிகளுக்குள் காணப்படும் சூழியல் ரீதியான வேறுபாடுகளைத்தான் அவதானிக்க வேண்டும். புலியின் கடந்த காலத்தைக் கூர்ந்து கவனிப்பதன் மூலம் அது இன்றிருக்கும் நிலையை எவ்வாறு அடைந்தது என்று

அறிய முடியும். இன்றிருக்கும் வேங்கைகளை ஆராய்வதன் மூலம் அவை வருங்காலத்தில், எங்கே, எப்படி வாழ்வது சாத்தியம் என்பதைப் புரிந்துகொள்ள முடியும்.

கூண்டுப்புலி பார்ப்பதற்குக் கண்ணைப்பறிக்கும்படி இருந்தாலும், காட்டில் அதன் வரிகளும் உடல் வண்ணமும் உருமறைத் தோற்றத்திற்கு உதவுகின்றன. © உல்லாஸ் கரந்த்

வேட்டைக்கேற்ற உடல்வாகு

உடலும் தசைநார்களும்

ஊனுண்ணிகள் அனைத்திலும் இறைச்சியை மட்டுமே உண்ணும் விலங்கினம் பூனையினம். எல்லாப் பூனைகளிலும் பெரியது புலியே. ஆகவே, மற்ற பாந்த்தீரா இனப் பூனைகள் போலவே, பரிணாமத் தகவமைப்பால், அடிப்படைத் தேவை ஒன்றைப் பூர்த்தி செய்யவதற்காகவே உருவமைக்கப்பட்டிருக்கிறது புலி. உருவில் தன்னளவு, அல்லது தன்னைவிடப் பெரிய விலங்குகளைக் கூட அடித்து, கொன்று புசிக்கும் திறன் கொண்டது.

புலியின் தசை நார்கள் அசாத்திய வலிமை பொருந்தியவை. இரைவிலங்கின் மீது உக்கிரத்துடன் பாய்ந்து, கீழமுக்கி செயலிழக்கச் செய்யும் வலு கொண்டவை. உடல் நீண்டு, வளைந்து கொடுக்கக் கூடியது. முன்னங்கால்கள், பின்னங்கால்களைவிட தசைப் பற்று மிகுந்திருக்கின்றன. புலியின் தலை அகன்று, பருத்து, குறுகிய கழுத்தால் உடலுடன் இணைக்கப்பட்டிருக்கிறது. பின்னங்கால்கள் முன்னங்கால்களை விட சற்று நீளமானவை. வேகமாய்ப் பாயும்போது சமன் சீர் செய்ய நீண்ட வால் பயன்படுகிறது.

புலியின் உணவான, ஊட்டச்சத்து மிகுந்த இறைச்சி எளிதில் ஜீரணிக்கப்படக்கூடியது. ஆகவே, புலியின் குடல் குறுகியிருக்கின்றது. மனிதரின் குடல், உடல் நீளத்தைப் போல் பத்து மடங்கு. ஆனால் புலியின் குடல் நான்கு மடங்கே. இந்த அமைப்பால் புலியின் உடல் எடை குறைக்கப்படுகிறது. பொறியியல் ரீதியில் கூறவேண்டுமானால் இவ்வமைப்பு எடைக்கேற்ற விகிதாச்சார சக்தியைக் கூட்டுகிறது. சொரசொரப்பான நாக்கு, இறைச்சியை எலும்பிலிருந்து

வேறுபட்டிருக்கும் வரிகள் மூலம் புலிகளைத் தனித்தனியாக அடையாளம் காண முடியும். இந்த அடிப்படையில் உயிரியலாளர்கள் காட்டிலுள்ள உயிர்த்தொகையைத் துல்லியமாகக் கணக்கிட முடியும்.
© காட்டுயிர் ஆய்வு நிலையம், பெங்களூர்

சுரண்டி எடுத்துண்ணவும், தன் மயிர்ப் போர்வையை நீவி விட்டுக் கொள்ளவும் உதவுகின்றது. தான் உண்ட உணவை, வாய்வழியே வெளிக்கொண்டு வர புலியால் முடியும். குட்டிகளுக்கு உணவளிக்கவும், ஒவ்வாதது எதையாவது தின்றுவிட்டால், அதை வெளியேற்றவும் இத்திறன் பயன்படுகிறது.

பண்டைய வேட்டை இலக்கியத்தில் புலியின் உடல் அளவு பற்றிப் பல சர்ச்சைகளுண்டு. ஆனால் வேட்டைக் கதைகள் எவ்வளவு உண்மையானவை என்ற கேள்வியும் எப்போதும் உண்டு. தான் சுட்டு வீழ்த்தியது பெரிய புலி என்று கூற முற்பட்ட வேட்டைக்காரர்கள் சளைக்காமல் சரடு விட்டனர். அதிலும் சுட்ட புலியை அளவெடுக்கும் முறையில் இருந்த வேறுபாடு மேலும் குழப்பத்தை உண்டு பண்ணியது. சில சமயம், உரிக்கப்பட்ட புலித்தோலை தரையில் விரித்து அதன் நீளத்தை அளந்தனர். அல்லது கொல்லப்பட்ட புலியை தரையில் கிடத்தி அதன் மூக்கருகில் தரையில் ஒரு ஆப்பு அடித்து, பின் வால் நுனியருகில் மற்றொரு ஆப்பையும் அடித்து, இவைகளுக்கிடையே உள்ள இடைவெளியை அளந்து, அதைப் புலியின் நீளம் எனக் குறிப்பிடுவதுண்டு. இதில் வேடிக்கை என்னவென்றால், புலியைச் சுட்டவர் ஒரு மேலதிகாரியாகவோ அல்லது பெரிய புள்ளியாகவோ இருந்துவிட்டால், அடிக்கு 11 அங்குலம் கொண்ட அளவு நாடாவைக் கொண்டு அளந்தனர் அவர்களது விசுவாசிகள். இதன் விளைவாக, ரஷியாவிலும் இந்தியாவிலும் உள்ள வேட்டை ஆவணங்களில் 12 முதல் 13 அடி (3.6 மீ) நீளமுடைய புலிகளைப் பற்றிய குறிப்புகள் காணப்படுகின்றன.

இருபதாம் நூற்றாண்டில், உயிரியியலாளர்களும் இயற்கை வாதிகளும் துல்லியமான அளவுகளை அறிய முற்பட்டனர். பெரிய புலியைச் சுட்டுக் கொன்றதாகப் பீற்றிக்கொள்ளும் ஆர்வம் அவர்களுக்கில்லையே! இந்தக் காலகட்டத்தில் பதிவு செய்யப்பட்ட புலியின் உடல் அளவுகள் முன்பைவிடக் குறைவாக இருக்கக் காண்கிறோம். உயிரியல் பூங்காக்களிலிருந்த புலிகள், ஓடியாடாமல் கூண்டிற்குள் அடைபட்டிருந்ததால் உடல் பெருத்திருந்தன. அவைகளின் அளவுகளைச் சரியானவை எனக் கொள்வது கடினம்.

உயிரியலாளர் ரெஜினால்ட் போக்காக் சீராக வேட்டை இலக்கியத்தில் காணப்படும் அளவுகள் அவை சீராக அளக்கப் படாததால் தவறானவை என்கிறார். இன்று உயிரியலாளர்கள் புலியை அளக்கும்போது, மூக்கிலிருந்து வால் நுனிவரை, முதுகெலும்பின் வளைவுகளின் மேலாக, அளவு நாடாவைக் கொண்டு அளக்கிறார்கள். இன்று உலகெங்கும் இம்மாதிரியான

சீரான முறையில்தான் புலி உடலின் மற்ற அளவுகளையும் – தலை, உடல், வால், பின்னங்கால் நீளம் மற்றும் தோளின் உயரம் – பதிவு செய்கிறார்கள்.

இந்தியாவிலும் நேபாளத்திலும் புலிகளின் உடல் அளவுகளும் எடைகளும் பதிவு செய்யப்பட்டிருக்கின்றன. ஆண் புலி 175 முதல் 260 கிலோ வரையிலும் இருக்கின்றது. புலியின் எடையைக் கணிக்கும் போது மனதில் கொள்ள வேண்டியது ஒன்று உண்டு. புலியொன்று 35 கிலோ இறைச்சியை உண்ணும். ஆகவே, அது இரையுண்டு எவ்வளவு மணி நேரம் கழித்து எடை போடுகிறோம் என்பது முக்கியமானது. தென்னாசியாவில் ஆண்புலியின் நீளம் 270 முதல் 310 செ.மீ. வரையிலும் பெண்புலி, 240 முதல் 265 செ.மீ. வரையிலும் இருக்கும். 85 முதல் 110 செ.மீ. ஆன வாலின் நீளமும் இதில் அடக்கம். தோள்பட்டையின் உயரம் 90 முதல் 110 செ.மீ. ஆகும்.

வி.ஜி.ஹெப்டனர் மற்றும் ஏ.ஏ. ஸ்லூட்ஸ்கி தயாரித்த சோவியத் யூனியன் புலிகள் பற்றிய ஆய்வறிக்கையில், வட ரஷ்யாவில் 360 செ.மீ. நீளமும் 300 கிலோ எடையும் உடைய ஆண் புலிகளைப் பற்றி குறிப்பிட்டுள்ளனர். இதன்படி, ரஷியப் புலிகள், நேபாளத்திலும், இந்தியாவிலும் கொல்லப்பட்ட புலிகளை விட பெரியதாயிருந்தன என்று புலப்படுகிறது. ஆனால் நாகரஹொளே (இந்தியா) சித்வான் (நேபாளம்) மற்றும் சிக்கோட்–அலின் (ரஷியா) முதலிய சரணாலயங்களில் மயக்கமருந்து கொடுத்து, பிடித்து அளக்கப்பட்ட புலிகளின் அளவுகளைக் கூர்மையாகக் கவனித்தால், இங்கு வாழும் எல்லாப் புலிகளும் ஒரே உருவ அளவுகள் உடையவை என்று தெரிகிறது.

தென்னாசிய, ரஷியப் புலிகளை விட, இந்தோசைனா மற்றும் மலேய தீபகற்பத்திலுள்ள புலிகள் உருவில் சிறியவை. இந்தோனேசியாவின் ஒரு பகுதியான சுமத்ரா தீவிலுள்ள புலி இன்னும் சிறியது. ஆண் புலி 100 முதல் 140 கிலோ வரையிலும், பெண்புலி 75 முதல் 110 கிலோ வரையிலுமிருக்கும்.

மயிர்ப் போர்வையும் நிறமும்

மற்ற எல்லாப் பாலூட்டிகளைப் போலவே, புலியின் உடல் ரோமம் அதன் உடல் வெப்பத்தை (37 டிகிரி செல்சியஸ்) தக்க வைக்க உதவுகிறது, ஒரு போர்வை போல. ஒரு ஆண்டில் ஒரு முறை அல்லது இருமுறை புலி தன் உடல் ரோமத்தை உதிர்க்கிறது. ரோமத்தின் நீளம் குளிர் நாடுகளிலும் பருவ நிலைக்கேற்ப மாறுகிறது. குளிர் காலத்தில் நீண்ட ரோமமும் வெப்ப காலத்தில் குட்டையான ரோமமும் அதன் உடலிலிருக்

கும். ஆனால் பருவநிலை சீராக இருக்கும் வெப்ப மண்டல நாடுகளில் அவ்வாறு மாறாது. புலியின் உடலில் தன் சுற்றுப் புறத்தை உணரக் கூடிய ஒருவகை ரோமமும் உண்டு. இதைப் பற்றி பிறகு பார்க்கலாம். தோலிலிருக்கும் சுரப்பிகள் உடல் ரோமத்தைச் சீரான நிலையிலிருக்க உதவுகின்றன.

உயிரியல் பூங்காவில் புலி வண்ணமயமாக, பளீரென நம் கண்ணுக்குத் தெரிந்தாலும், காட்டில் புதர்களில் மறைந்திருக்க அதன் உடல் வரிகள் உருமறைத் தோற்றத்திற்கு உதவுகின்றன. இங்கே நாம் நினைவில் கொள்ள வேண்டியது ஒன்று உண்டு. புலியின் இரைவிலங்குகளுக்கு வண்ணங்களை பிரித்து காணும் பார்வை கிடையாது.

புலியின் கழுத்தில், தலையில், முதுகில் மயிர்ப்போர்வை யின் நிறம், செம்பழுப்பிலிருந்து ஆரஞ்சு நிறம் வரை வேறுபட் டிருக்கும். கண்ணைச் சுற்றியுள்ள பகுதி, கன்னங்கள், அடிவயிறு இவை வெள்ளை நிறம். காதுக்குப் பின்புறமுள்ள பெரிய வெள்ளைப் புள்ளிகள், புதர்க் காடுகளில் தாய்ப்புலியைக் குட்டிகள் தொடர்ந்து செல்ல வழி காட்டிபோல் உதவு கின்றன.

பூனையினத்தில், புலி மட்டும்தான் வரிகள் கொண்ட மயிர்ப் போர்வையுடையது. மற்ற பூனைகள் கரும்புள்ளிகள் அல்லது கருவட்டங்கள் கொண்டவை. சில பூனைகளுக்கு திட்டுகள் உண்டு. வேங்கையின் வரிகள், அதன் மூதாதையரான மேகச் சிறுத்தை போன்ற ஒரு பூனையின் திட்டுகளிலிருந்து உருவானவையே என்பர் சிலர். இந்த வரிகளின் வண்ணம் செம்பழுப்பிலிருந்து கறுப்பு வரை வேறுபட்டு இருக்கலாம். இந்த வரிகளின் அமைப்பு புலிக்குப் புலி வேறுபட்டிருக்கும். வடிவமைப்பிலும் எண்ணிக்கையிலும் இவ்வரிகள் ஒவ்வொரு புலிக்கும் வித்தியாசமாக இருப்பதால், ஒவ்வொரு புலியையும் அவ்வரிகளின் அடிப்படையில் அடையாளம் காண முடியும்.

வேங்கைகளின் நிறமும் வாழுமிடத்தைப் பொறுத்து சிறிது வேறுபடுகிறது. வெப்பக் காடுகளில் வாழும் புலிகள் அழுத்த மான நிறத்துடனும், குளிர்ப்பிரதேசங்களில் வாழும் புலிகள் சற்று மங்கலான நிறத்துடனும் காணப்படுகின்றன. இந்தோ னேசியத் தீவுகளிலுள்ள புலிகளுக்கு உடல் வரிகள் மிகுதியாக உண்டு.

ஆயினும் புலியின் உடல் நிறத்தில் வேறுபாட்டை வெகு அரிதாகவே காணமுடியும். 1993ல் நாகரஹொளேயில் காமிராப் பொறி மூலம் படமெடுக்கப்பட்ட ஒரு புலிக்கு மிகக் குறை வான வரிகளேயிருந்தன. அண்மையில் ஒரிசாவில் திருட்டு

வேட்டைக்காரர்களால் கொல்லப்பட்ட ஒரு புலி சிறிது கருப்பாக இருந்தது. தோலில் மெலனின் எனும் வேதியல் பொருள் அதிகமாக இருப்பதன் விளைவு இது. மரபணுவகை மாற்றத்தால் இது போன்ற விளைவுகளைக் காணலாம். மெலனின் குறைந்தால், புலியின் உடல் வண்ணம் வெளிறிப் போகலாம். இத்தகைய புலிகள்தாம் வெள்ளைப் புலிகள் என்று குறிப்பிடப்படுகின்றன.

மண்டையோட்டின் அமைப்பும் பல்வரிசையும்

சூழியலாளர் ஜான் ஸைடன்ஸ்டிக்கர் கூற்றுப்படி, புலியின் கோரைப் பற்கள்தாம் அதன் உடலமைப்பின் முக்கிய அம்சம். இரைவிலங்கின் தொண்டையை மின்னல் வேகத்தில் கடித்து, அதன் தசைகளை எளிதில் கிழிக்கும் திறனே புலியின் இரை கொல்லும் திறனின் அடிப்படை. புலியின் முன்முகம் நீள்வாக்கில் – ஓநாய் போன்று – இல்லாமல் தட்டையாக உள்ளது. இந்த அமைப்பினால், பற்களின் எண்ணிக்கை குறைவாக இருந்தாலும், அதன் கடி வலுவானதாயிருக்கும். புலிக்குப் பற்கள் முப்பது; மேலே ஆறு, கீழே ஆறு என வெட்டுப்பற்கள், மேலிரண்டு கீழிரெண்டு என கோரைப் பற்கள், மேலே ஆறு கீழே நான்கு என கடைவாய் முன்பற்கள், மேலும் கீழும் இரண்டிரண்டு கடைவாய்ப் பற்கள். மேல் தாடையிலுள்ள கோரைப் பற்கள் ஒவ்வொன்றும் 50 முதல் 60 மி.மீ. நீளமும், கீழ்த்தாடையிலுள்ளவை 40 முதல் 50 மி.மீ. நீளமும் கொண்டவை.

வலிமை மிக்க தசை நார்களால் இயக்கப்படும் இந்தக் கோரைப் பற்கள் மரணக்கடி கடிக்க உதவுகின்றன. கோரைப் பற்களுக்கும் மற்ற பற்களுக்கும் உள்ள இடைவெளி, அந்தப் பற்கள் இரைவிலங்கின் உடலில் ஆழமாக இறங்க ஏதுவாகின்றது. உயர்ந்து, குவிந்திருக்கும் மண்டையோட்டில் தசை நார்கள் இணைக்கப்பட்டுள்ளன. இரைவிலங்கைக் கொல்லும் இயக்கம் இந்தத் தசை நார்களால்தான். கடைவாய்ப் பற்களில் முன் இரண்டு, இறைச்சியைக் கிழிக்கப் பயன்படுகின்றன. மற்ற கடைவாய்ப் பற்கள், உயிருக்குப் போராடும் இரைவிலங்கை கிடிக்கிப் பிடியில் இறுக்குகின்றன. வெட்டுப் பற்கள், பிடிபட்ட விலங்கின் தோலைப் பற்றிக்கொள்ளவும், ரோமத்தையும் இறைச்சியையும் பிய்த்தெடுக்கவும் ஏதுவாக அமைந்துள்ளன.

புலியின் எலும்புக்கூடு எடையில் குறைவாக இருந்தாலும் உறுதியானது. அதிவேகத்தில் ஓடவும், தப்ப முயலும் இரை விலங்கைப் பிடித்துக் கொல்லவும் இயற்கை செய்த சமரச வடிவமைப்பு இது. இயக்கத்தின்போது வலுவானதாக அமைய,

முழங்காலுக்கு மேலுள்ள பகுதி நீளமானதாகவும், உறுதியாகவும் இருப்பது அவசியம். எனினும், காலின் கீழ்ப் பகுதி நீளமாக அமைந்திருந்தால், ஓட வசதியாகயிருக்கும். புலியின் கால்களில் முழங்காலுக்கு மேலுள்ள பகுதி நீண்டிருப்பதால், எடை மிகுந்த பெரிய இரைவிலங்குகளை வீழ்த்த முடிகிறது. முன்னங்கால்களை, உடம்புடன் இணைக்கும் எலும்புப் பகுதி சிறியதாக இருப்பது உடலை எளிதில் வளைத்து, திருப்ப உதவுகிறது.

புலியின் மண்டையோட்டு அமைப்பு கழுத்தை வெகு இலகுவாக இயக்கவும், இரையை முன்னங்கால்களால் பிடித்து அமுக்கும்போது உறுதியாகக் கடித்துக் கொள்ளவும் உகந்ததாக இருக்கிறது. முதுகெலும்பு நன்றாக வளைந்துகொடுத்து புலி தாவிக் குதிக்கவும் மின்னல் வேகத்தில் ஓடவும் தோதாக இருக்கின்றது. பாதத்தைத் தரையில் பதித்து நடக்கும் மனிதரைப் போலல்லாமல், பாதத்தின் முன் பகுதியை மட்டும் தரையில் ஊன்றுவதால் புலி வேகமாக ஓட முடிகின்றது. இப்படி ஓடும்போது உடலைச் சமன் செய்ய நீண்ட வால் உதவுகின்றது. எனினும் பின்னங்கால்கள் குட்டையாக இருப்பதால் நாய் மற்றும் மானினங்களைப்போல வெகுதூரம் ஓடுவது புலிக்குக் கடினம்.

மற்ற பூனைகளைப் போலவே, புலியின் பாதங்களும் சதைப் பற்றுடன் கூடியவை. முன்னங்கால்களில் ஐந்து விரல்களும் பின்னங்கால்களில் நான்கு விரல்களும் உண்டு. ஆனால் பாதச்சுவட்டில் தெரிவதென்னவோ நான்கு விரல்களின் பதிவுதான். பாதங்களிலுள்ள நீண்டு, வளைந்த கூரிய நகங்கள் இரையைத் தாக்கும் போதோ அல்லது மரம் ஏறும்போதோ வெளியில் நீட்டப்படும். மற்ற நேரங்களில் உறையுள் இருக்கும் கத்தி போல அடங்கி இருக்கும்.

உணர்வறியும் திறன்

இரைவிலங்கு, சுறுசுறுப்பாக இயங்கும் நேரத்தில்தான் புலி அதனைத் தாக்க முற்படும். புலியின் வேட்டைத் திறனில் பார்வை ஒரு முக்கிய அம்சம். இருளிலும், பகலின் வெளிச்சத்திலும் புலி எளிதாக நடமாடி வேட்டை ஆடும். அண்மைக் காலத்தில் மனிதர் நடமாடும் இடங்களைத் தவிர்ப்பதிலும் புலி கவனம் செலுத்துகிறது.

பெரிதாக, உருண்டையாக இருக்கும் புலியின் கண்களுக்கு அசைவுகளை எளிதாகக் கண்டு கொள்ளும் திறன் உண்டு. விழித்திரையிலுள்ள ஒளிவாங்கி அணுக்கள் குன்றிய வெளிச்சத்திலும் காணும் திறனைப் புலிக்கு அளிக்கின்றன. கண்ணிலுள்ள

வில்லையின் வளைவு, விழித்திரைக்குப் பின் உள்ள ஒளியைப் பிரதிபலிக்கும் தளம் இவைகள் இருட்டிலும் புலி காண வழி செய்கின்றன. ஆனால் மனிதருடன் ஒப்பிடும்போது நிறங்களை வேறுபடுத்திக் காணும் திறனோ, துல்லிய பார்வையோ புலிக்குக் கிடையாது.

இரைவிலங்கைத் தொடரும்போது, தாவிக் குதித்து, துள்ளி மின்னல் வேகத்தில் திரும்ப வேண்டியிருப்பதால் புலி தூரத்தை மிகச் சரியாகக் கணிக்க வேண்டும். இத்தகைய திறன் புலிக்கு அத்தியாவசியம். புலியின் இரு கண்களும் முன்னோக்கி இருப்பதால், மனிதர்களைப் போலவே இரு கண் நோக்கு அதற்குண்டு. இதனால் தூரங்களைத் துல்லியமாக கணிக்க முடிகிறது.

புலியின் செவி கூர்மையானது. கானகத்தின் சிறு ஓசையும் அதன் காதுகளுக்குத் தப்பாது. மற்றப் பூனைகளைப் போலவே புலியும் நூறு – இருநூறு கிலோ ஹெட்ஸ் அலைவரிசையில் வரும் ஒலியைக் கேட்க முடியும். மனிதர்கள் கேட்கக் கூடியது அதிகபட்சம் இருபது கிலோ ஹெட்ஸ் மட்டும்தான். மடல் போன்ற முன் காது ஒலியைச் செவிக்குள் கூட்டிக் கொடுக்கின்றது. நான் அவதானித்து வரும், ரேடியோக் கழுத்துப் பட்டை போட்ட புலிகள், என்னால் கேட்க முடியாத சிறு ஓசைகளையும் கேட்டு எச்சரிக்கையடைவதைக் கண்டிருக்கின்றேன்.

புலியின் புலன்களில் தொடும் உணர்ச்சி முக்கியமானது. அதன் சதைப்பற்றுள்ள பாதங்கள் தரையில் பதிந்து, ஓசையின்றி, உலர்ந்த இலைகளின் மீது பாதம் படாமல் நடக்க வழி செய்கின்றன. புலியின் தாடையிலும், முன் முகத்திலும் கண்களுக்கு மேலும் கம்பிகள் போல் நீண்டிருக்கும் குச்சம் முடிகள், வெகு அருகில் இருப்பவற்றை உணரும்படி செய்கின்றன. மையிருட்டிலும் ஓசை எழுப்பாமல் அடர்ந்த புதர்களூடே செல்ல இந்த மீசை முடி ஊற்றுணர்ச்சி உறுப்பாகச் செயல்படுகின்றது. நடக்கும் போதோ அல்லது இரைவிலங்கைப் பின் தொடரும் போதோ இந்த முடிகள் முன் நீட்டியிருக்கும்; கடிக்கும்பொழுதும் முகரும்பொழுதும் இம்முடிகள் முகத்தின் மீது ஒடுங்கியிருக்கும். புலி ஓய்வெடுக்கும்பொழுது இவை பக்கவாட்டில் நீண்டிருக்கும்.

நாய் மற்றும் கரடி போன்ற ஊனுண்ணிகளுடன் ஒப்பிடும்பொழுது புலிக்கு முகரும் திறன் குறைவு. தரையிலோ அல்லது செடிகள் மீதோ இருக்கும் நெடியைக் கண்டறிய மட்டுமே இந்தத் திறனைப் பயன்படுத்துகின்றன. இரை இருக்கும் இடத்தைக் கண்டுபிடிப்பதற்கு புலியின் மோப்ப

சக்தி உதவுவதில்லை. ஆனால் மற்ற புலிகளுடன் தொடர்பு வைத்துக்கொள்ள இந்த முகரும் திறன் கைகொடுக்கின்றது.

புலியின் வாயில் மேலண்ணத்தில் ஜேக்கப்ஸன் உறுப்பு என்ற அமைப்பு உண்டு. வாசனையை அடையாளம் கண்டறிய இந்த உறுப்பு உதவுகின்றது. புலி தன் தலையை உயர்த்தி, வாயைத் திறந்து நாவை வெளியே நீட்டிப் பின் உள்ளிழுத்துக் கொள்ளும். நாக்கில் ஒட்டிய நெடியை மேலண்ணத்திலுள்ள அமைப்பின் மூலம் அடையாளம் கண்டுகொள்ளும். மற்ற புலிகளின் அல்லது மற்ற ஊனுண்ணிகளின் நெடியை யும் அல்லது இனம் தெரியாத வாசனையையும் பரிசோதிக்க புலி இம்முறையைக் கையாள்கிறது.

மற்ற விலங்குகளுடன் தொடர்புகொள்ள புலி நெடியைச் சமிக்ஞைகளாக விட்டுச் செல்லுகின்றது. அதன் தோலில் இருக்கும் சுரப்பிகளிலிருந்து வெளியாகும் வாசனை புலியின் உடலின் சில பாகங்களில் அதிகமாக இருக்கும். கன்னங்களைச் சுற்றியும், பாதங்களிலும், வாலிலும் பாலியல் உறுப்புகளிலும் இந்த நெடி அதிகமாக இடம் கொண்டிருக்கும். தன் உடலின் இந்தப் பகுதிகளை மரங்களின்மீதும் புதர்களின்மீதும் சில சமயம் மற்றப் புலியின் உடல்மீதும் தேய்ப்பதுண்டு. சிறுநீரிலும் எச்சத்திலும் புலியின் இந்த நெடி கலந்திருக்கும். புலி நடந்து போகும்போது இந்த வாசனையைத் தரையிலும், தாவரங் களிலும் விட்டுச் செல்கிறது.

நாம் காட்டில் ஒரு புலியைக் காணும்பொழுது அது ‘தனியாக’ நடக்கிறது என்று நினைக்கக்கூடும். ஆனால் மற்றப் புலிகளுக்கு அது பல செய்திகளைத் தன் நெடியின் மூலம் விட்டுச் செல்கின்றது. ஒரு புலி தனியாக இருக்கலாம் ஆனால் அது தனிமையில் இருப்பதில்லை.

ஆசிய மக்களின் பாரம்பரிய வேட்டைத்திறன், புலி உடற்பாக வணிகத் திற்காகப் பயன்படுத்தப்படுகிறது. © மாயா ராமசாமி.

இரைக்கொல்லியின் சூழியலும் நடத்தையும்

செயல்பாடும் வெப்பக்கட்டுப்பாடும்

உடலியல் ரீதியான தேவைகளைப் பூர்த்தி செய்துகொள்ள புலி எவ்வாறு இயங்குகிறது என்பதை நூலின் இப்பகுதியில் ஆராயலாம். வேட்டையாடி ஊட்டச்சத்தைப் புலி எவ்வாறு பெறுகிறது என்பதையும், இரையைக் கொன்ற பின், இறைச்சியை மற்ற ஊனுண்ணிகளிலிருந்து எப்படி பாதுகாக்கிறது என்பதையும் காணலாம். புலிகளின் நடமாட்டங்களும் செயல்பாடுகளும் அதன் சூழியல் மற்றும் உடலியல் தேவைகளால் தீர்மானிக்கப்படுகின்றன. சக்தியைத் தக்கவைத்து, சீரிய முறையில் இரை விலங்குகளைப் பயன்படுத்திக்கொள்ளும் விதமாக புலியின் செயல்பாடுகளைப் பரிணாமத் தகவமைப்பு உருவாக்கியுள்ளது.

தூரக்கிழக்கு ரஷியாவில் -35^0 செல்ஷியஸ் கடுங்குளிரில் வாழும் புலிகள், பாறையின் இண்டு இடுக்குகளில் பதுங்கி வாழ்கின்றன. கடுங்குளிரை தாக்குப்பிடிக்க மலைச்சாரல்களில் இருக்கின்றன. சிலசமயம் வெயிலில் குளிர்காய்கின்றன. புலிகள் குளிர்ப்பிரதேசத்தில் தோன்றியதால், வெப்பத்தைவிட குளிரைத்தாங்கும் சக்தி அவைகளுக்கு கூடுதலாக உண்டு. எனினும் மிக வெப்பமான சில உறைவிடங்களிலும் புலிகள் வாழ்கின்றன. வட இந்தியாவிலுள்ள சரிஸ்கா மற்றும் ரான்தம்பூர் சரணாலயங்களில் வெப்பம் 48^0 செல்ஷியஸ் வரை ஏறும். சிங்கங்களைப் போல் புலிகளால் வெயிலில் நீண்ட நேரம் இருக்க முடியாது. ஆகவே, புலிகள் தங்கள் வாழிட எல்லைகளில் வெப்பம் குறைவான காலை, மாலை நேரங்களில்தான் நடமாடுகின்றன. வெப்பமான நேரங்களில்

துப்பாக்கி தோன்றிய பிறகு, காலனி அரசு அதிகாரிகளும், சுதேசி அரசர்களும் மற்ற வேட்டைக்காரர்களும் ஆசியக்காடுகளில் புகுந்து, வணிகத்திற்காகவும் வேட்டைக்காகவும் புலிகளை சகட்டுமேனிக்குக் கொன்று தீர்த்தனர். © மாயா ராமசாமி.

நிழலடர்ந்த பகுதியில் படுத்திருக்கின்றன. தொந்தரவு ஏதும் இல்லாத நீர்நிலைகளோ ஓடைகளோ இருந்தால், புலி நீரில் படுத்து வெப்பத்தைத் தணித்துக் கொள்ளும்.

ரேடியோப் பட்டையிடப்பட்ட புலிகளை நாகரஹொளே காட்டில் கோடைகாலத்தில் நான் கண்காணித்தபோது, நீர்நிலைகள் ஏதேனும் இருந்தால் சில நிமிடங்களாவது அவை தண்ணீரில் அமிழ்ந்திருக்க வருவதைக் கண்டிருக்கிறேன். கோடையின் கடுமை அதிகமாயிருக்கும் வடஇந்தியாவில், புலிகளுக்கு நீரில் அமிழ்ந்திருக்கும் பழக்கம் அதிகம். கான்ஹா, பந்தவ்கார் மற்றும் ரான்தம்பூர் சரணாலயங்களில் புலிகள் நீரில் அமிழ்ந்திருக்கும் காட்சியை சுற்றுலாப் பயணிகள் எளிதாகக் காணமுடிகிறது. பண்ணா சரணாலயத்தில் புலிகளை ரேடியோப் பட்டை மூலம் கண்காணிக்கும் உயிரியலாளர் ரகு சுந்தாவத், வெப்பத்திலிருந்து தப்பிக்க புலிகள் 3 முதல் 5 மீட்டர் ஆழமான குகைகளில் ஒளிந்துறங்குகின்றன என்கிறார். அடர்த்தியான நிழலில்லாத இடங்களை – இரைவிலங்குகள் மிகுந்திருந்தாலும் – புலிகள் தவிர்க்கின்றன என்கிறார்.

வேட்டையாடக் கூடிய நேரங்களில் புலி சுறுசுறுப்பாக இயங்க வேண்டும். அடர்ந்த காடுகளில், இரைவிலங்குகள் நடமாடும்போதுதான் அவைகளை அடித்துக்கொல்ல முடியும். ஆகவே அவை நடமாடும் நேரங்களில்தான் புலியும் இயங்குகிறது.

இரைவிலங்குகளான குளம்பிகளை விட, புலியின் கண் பார்வை கூர்மையானது. மங்கிய வெளிச்சத்திலும் தீர்க்கமாக காணமுடியும். ஆகவே, ஒளிமங்கும் நேரத்தில் புலியின் கை ஓங்குகிறது. குளம்பிகளை அரவமின்றி தாக்கிக் கொல்ல முடிகிறது. வெம்மையான நேரங்களைத் தவிர்க்கவும், இரை விலங்குகளை இருண்ட நேரத்தில் தாக்கவும், புலி மாலை யிலிருந்து காலை வரை நடமாடுகிறது.

பகலில் நடமாடும் புள்ளிமான் மற்றும் சதுப்பு நில மான் இவற்றைக் கொல்ல வேண்டியிருக்கும் பகுதிகளில் புலியும் பகலில் நடமாட ஆரம்பிக்கிறது. ஆனால் காட்டில் வேட்டைக்காகவும், காட்டுப் பொருள்களைச் சேகரிக்கவும், மனிதர்கள் நடமாட்டம் இருந்தால், இயல்பாகவே பகலில் நடமாடும் குளம்பிகள் கூட இருளில் இயங்கத் தொடங்கி விடும். மனிதரின் ஊடுருவல் நீங்கினால், அவை மறுபடியும் பகல்பொழுதில் நடமாட ஆரம்பிக்கும். ரான்தம்பூர் சரணால யத்தில் 1980களில் மாடு மேய்ப்பவர்கள் மற்றும் விறகு வெட்டுபவர்களைக் காட்டிற்குள் வரவிடாமல் தடுத்த பிறகு, கடம்பை மான், புள்ளிமான் மற்றும் புலிகள் பகலில் நடமாடத் தொடங்கின. நான் ரேடியோப் பட்டையிட்டு அவதானித்த

புலிகள் மாலை 6 மணியிலிருந்து காலை 9 மணி வரை சுறுசுறுப்பாக இயங்கின. காலை 9 மணியிலிருந்து பகல் 3 மணி வரை ஓய்வெடுத்தபின், தமது நடமாட்டத்தை மீண்டும் ஆரம்பித்தன.

நடமாட்டமும் வேட்டையாடுதலும்

புலியின் நடமாட்டத்திற்கு மூன்று அம்சங்களைக் காரணிகளாகச் சொல்லலாம். வேட்டை, மற்ற புலிகளுடன் தொடர்பு மற்றும் தன் ஒரே எதிரியான மனிதனிடமிருந்து விலகியிருப்பது. நூலின் இப்பகுதியில் இரைக்கொல்லியாக புலி எவ்வளவு பெரிய நிலப்பரப்பில் இயங்குகிறது என்பதைப் பார்க்கலாம். புலியின் சமுதாயக் கட்டமைப்பைப் பற்றியும், அது தொடர்பான நடமாட்டம் பற்றியும் அடுத்த பகுதியில் பார்க்கலாம்.

இரைவிலங்கைத் தேடும்போது, புலிகள் தங்கள் வாழிட எல்லைக்குள்ளேயே இயங்குகின்றன. ஓரிடத்தில் வாழும் புலி இரை தேடி வெகுதூரம் செல்வதில்லை. எனினும் சிலசமயம் வாழிட எல்லையைத் தாண்டி புலிகள் செல்வதுண்டு. ஒரு புலியின் வயது, பாலினம் மற்றும் சமூகக் கட்டமைப்பில் அதன் நிலை, இவற்றைப் பொறுத்தே இரை தேடியலையும் தூரமும் அமைகிறது. இரைக்கொல்லியாக புலி அலையும் தூரம் அது எங்கெங்கு இரைவிலங்கை எதிர்கொள்ளும் என்பதைப் பொறுத்தது.

இரைவிலங்கு கிடைக்கும் சாத்தியக்கூறுகள்தாம் புலி சுற்றியலையும் தூரத்தைத் தீர்மானிக்கின்றன. ஒரு பகுதியில் இரை விலங்குகள் மிகுந்திருந்தால், சீக்கிரமே அதற்கு இரை கிடைக்க வழியுண்டு. ஆகவே ஒரு பகுதியில் இருக்கும் இரை விலங்குகளின் எண்ணிக்கை, புலி நடமாடும் தூரத்தை தீர்மானிக்கும். எடுத்துக்காட்டாக, ஒரு சதுர கிலோ மீட்டர் பரப்பில் இருக்கும் மான்களின் எண்ணிக்கை. ஒரு சதுர கிலோ மீட்டரில் ஏறத்தாழ 175 குளம்பிகளுள்ள நாகரஹொளே யில், நான் ரேடியோப் பட்டையிட்டு அவதானித்த புலிகள் இரை தேடி வெகுதூரம் போகவில்லை. சித்வான் மற்றும் நாகரஹொளே சரணாலயங்களில் கண்காணிக்கப்பட்ட புலிகள், ஒருநாளில் 2 முதல் 11 கி.மீ. தூரமே நடமாடின. மணிக்கு 200 முதல் 700 மீட்டர் வரை என்ற வீதத்தில் காட்டினுள் மெதுவாக நடந்தும், அவ்வப்போது படுத்து, இளைப்பாறியும் நடமாடின.

இரைவிலங்குகள் அதிகமாக நடமாடும் இடங்களில் புலிகள் வேட்டையாடுகின்றன. புலியின் உறைவிடங்களில்,

எங்கே தாவர இரையும் பருகு நீரும் அபரிமிதமாக கிடைக் கிறதோ, அங்கேதான் குளம்பிகள் கூடுகின்றன. நாகரஹொளே சரணாலயத்தில் நான் புலிகள் அடித்துக் கொன்ற 148 விலங்கு களைப் பரிசோதித்தேன். அதில் 50 விழுக்காடு குளம்பிகள் நீர்நிலைகள், சதுப்புநிலங்கள் மற்றும் புல்வெளிகளில் கொல்லப்பட்டிருந்தன. புல்வெளிக்கும் காட்டிற்கும் இடைப் பட்ட இடத்தில் தான் 45 விழுக்காடு இரைவிலங்குகள் கொல்லப்பட்டன.

இரை தேடும் புலி, காட்டுப்பாதைகள், சாலைகள் மற்றும் ஒற்றையடித் தடங்களைப் பயன்படுத்தும். நாகரஹொளேயில் நான் அவதானித்த ரேடியோப்பட்டை கட்டிய புலிகள், காட்டுவிலங்குத் தடங்களினூடே, நாயுண்ணிச் செடிப் புதர்களிடையே, நெளிந்து வளைந்து சென்று, அங்கிருக்கும் கடம்பை மான்களை விரட்டிப் பிடிக்க முயன்றன. சில நேரங்களில் புல்வெளியின் ஓரங்களில், காட்டுப்பகுதியின் விளிம்பில் மேயும் புள்ளிமான் மற்றும் காட்டெருதுகளை கண் வைத்தன. அரிதாகச் சில சமயம், இரைவிலங்குகள் அடிக்கடி வந்துபோகும் பாதையில், புலி காத்திருப்பதும் உண்டு. மெதுவாக, விழிப்புடன், செவிகளைத் தீட்டிக் கொண்டு நடந்து, திடீர்த் தாக்குதல் மூலம் அதைக் கொல்வதுமே புலியின் இரை தேடும் பாணி.

காட்டின் அடர்ந்த பகுதிகளில்தான் புலிகள் வேட்டை யாடுகின்றன. நான் நாகரஹொளேயில் புலி கொன்ற 148 இரைவிலங்குகளைப் பரிசோதித்த போது, அவைகளில் 80 விழுக்காடு அடர்ந்த பகுதிகளிலேயே கொல்லப்பட்டன என்பது புலனாயிற்று. ஆனால் உருவில் பெரிய விலங்குகளான காட்டெருது அல்லது காட்டெருமையைத் தாக்க, புலி அதிஜாக்கிரதையாக இருக்க வேண்டும். புலி, காட்டெருதை அடர்ந்த புதர்களிடையே தாக்குவதில்லை என்பதை நான் கவனித்தறிந்தேன். இந்த விலங்குகளைத் தாக்கும்போது, புலி சிறிது தவறினாலும், காயமடைந்து, பின் வேட்டையாட இயலாமல் பட்டினியால் சாக வேண்டியதுதான். சிங்கத்திற்கு இவ்வாறு காயமேற்பட்டால், மந்தையிலிருக்கும் மற்ற சிங்கங் கள் கொல்லும் இரையை உண்டு வாழமுடியும். புலி தனியாக இயங்கும் விலங்காயிற்றே. ஆகவே புலி காயமடைந்தால் அதுவே அதன் முடிவாகும்.

இரைவிலங்கைக் கண்டறிந்தவுடன், மறைவிடங்களில் பதுங்கி பதுங்கி மெதுவாக அருகே செல்லும். 15 – 30 மீட்டர் தூர இடைவெளி இருக்கும்போது ஒரே தாவுத் தாவி தாக்கும். திறந்த வெளிகளில் – ரான்தம்பூர் சரணாலயத்தின் ஏரியிலுள்ள

நீர்த்தாவரங்களை மேயும் கடம்ப மானை விரட்டுவது போல – 100 மீட்டர் வரை கூட ஓடித் தாக்கும். ஆனால் அடர்ந்த காடுகளில் வாழும் புலிகள் திறந்தவெளித் தாக்குதல் நடத்தாது.

இரைவிலங்கைப் பின்தொடர ஆரம்பித்ததிலிருந்து கடைசிப் பாய்ச்சலுக்கு வெகு நேரம் கூட ஆகலாம்; பல நிமிடங்கள் அல்லது ஒரு மணிக்கு மேலும் பிடிக்கலாம். புலி தரையோடு தரையாகப் பதுங்கி, இரைவிலங்கைப் பார்த்தவாறே நகரும். புல், புதர், விழுந்து கிடக்கும் மரக்கிளைகள் என. மறைவதற்கு எது கிடைக்கிறதோ அதன் பின் பதுங்கி உடலை மறைத்துக்கொள்ளும், ரான்தம்பூரில், சுற்றுலாப் பயணிகளின் வாகனங்களின் பின் கூட புலி மறைவதுண்டு. இரைவிலங்கு மேய்வதற்காகத் தலையைத் தாழ்த்தும்போது, புலி முன்னேறும். அந்த விலங்கு எச்சரிக்கையாகி விட்டது என்று தெரிந்தால், புலி அசையாமல், சிலைபோலாகிவிடும். ஆனால் வால்நுனி மட்டும் அசைந்து கொண்டிருக்கும். அடுத்தபடி ஒரே பாய்ச்சல்.

ஆப்ரிக்காவில் சிங்கம், சிவிங்கிப்புலி மற்றும் கழுதைப்புலி இவைகள் வேட்டையாடிக் கொல்வதை எளிதில் காண இயலும். ஆனால் புலி எப்படி பாய்ந்து கொல்கிறது, எத்தனை முயற்சிகள் தோல்வியில் முடிகின்றன என்பது பற்றிய விவரங்களில்லை. அடவிகளில் வேட்டையாடும் புலி போன்ற இரைக்கொல்லிகளை அவதானிப்பது இயலாதது. இந்தியாவின் இயற்கைவாதிகள் வால்மீகி தாப்பரும் பதேசிங் ராத்தோரும், புலியின் இரைகொல்லும் முயற்சிகளில் 10 விழுக்காடுதான் வெற்றியில் முடிகிறது என்று யூகிக்கிறார்கள்.

இரைவிலங்கைத் துரத்திப் பிடித்துக் கொல்லுதல்

பலவகையான குளம்பிகளைப் புலிகள் இரையாகக் கொள்கின்றன. சிறிய விலங்குகளை அடிப்பதில் புலிக்கு சிரமம் ஏதுமில்லை. 20 முதல் 50 கிலோ எடையுள்ள மிருகங்களை ஒரே அடி அடித்து பிடரியையோ தலையையோ கடித்து எளிதாகக் கொன்றுவிடும்.

ஆனால், உருவில் பெரிய காட்டெருது, காட்டெருமை, செம்மான், கடம்பைமான் மற்றும் நீல்காய் போன்ற இரை விலங்குகளை புலி மிகுந்த எச்சரிக்கையுடன் கையாள வேண்டியிருக்கிறது. பலம் வாய்ந்த இந்த விலங்குகள், காலை உதறித் துடிக்கும்போது குளம்புகளால் புலிக்கு காயம் ஏற்படலாம். கொம்புகளால் மரணக்காயம் உண்டாகலாம். அதேபோல, உருவில் சிறியதாயிருந்தாலும் காட்டுப்பன்றியை அடிப்பது

எளிதான காரியமல்ல. 90 கிலோ எடையுள்ள காட்டுப்பன்றி கூரான, வளைந்த தந்தங்களால் புலியின் வயிற்றைக் கிழித்து சாகடிக்கவும் கூடும். இத்தகைய ஆபத்தான இரைவிலங்குகளை அடிக்க புலி முற்படும்போது எடுக்கும் முக்கியமான வியூகம் எதிர்பாராத் தாக்குதல்தான். புலி தன்னைத் தொடர்வது இரைவிலங்கிற்குத் தெரியவே கூடாது. காட்டெருதுத் திரள், தங்களைத் தொடர்ந்த புலியொன்றை மிரட்டுவதுபோல் எதிர்த்ததை நான் பலமுறை கண்டதுண்டு. மறைந்திருந்து தொடராவிட்டால், புலி பின்வாங்க வேண்டியதுதான்.

ஆகவே, புலி பக்கவாட்டிலிருந்து இரைவிலங்கை திடீரெனத் தாக்கும். அது பாயும் வேகத்தில் இரைவிலங்கு கீழே தள்ளப்படும். அப்படி விழவில்லையென்றால் புலி தனது முன்னங்கால்களால் அந்த விலங்கை இறுகப் பற்றி, கீழே தள்ளி அதன் குரல்வளையைக் கடித்து, அதைக் கொல்ல எத்தனிக்கும். இந்தத் தாக்குதலின்போது, இரைவிலங்கின் குளம்புகளோ, அல்லது கொம்புகளோ காயப்படுத்திவிடாமல் கவனமாக வேறு இருக்க வேண்டும்.

சிறிது போராட்டத்திற்குப்பின் அவ்விலங்கின் மூச்சுக் குழாய் இறுக்கப்பட்டு அது கொல்லப்படுகிறது. சில சமயம் புலி இரைவிலங்கின் மூக்கைக் கடித்து, அதை மூச்சுத் திணற வைத்துச் சாகடிக்கிறது. சிறிய விலங்காயிருந்தால், புலி அதன் பிடரியைக் கடித்து, கழுத்தையோ தண்டுவடத்தையோ முறித்துக் கொல்லும். அவ்விலங்கின் கழுத்தைப் பிடித்து உதறி, அதன் உடல் எடையைக் கொண்டே அதன் கழுத்தை முறித்துக் கொல்வதுமுண்டு. சில சமயம் குருதிக் குழாய் கிழிபட்டு இரைவிலங்கு இறப்பதும் உண்டு.

மேற்கூறிய முறையில்தான் புலி குளம்பிகளைக் கொல்கின்றது. சிலசமயம், புலி வேறு சில ஆபத்தான மிருகங்களையும் கொன்று தின்னக்கூடும். ரஷ்யாவில் செங்கரடி, கருங்கரடி, தென்னாசியாவில் கரடி, சிறுத்தை மற்றும் செந்நாய் இவைகளையும் எல்லா நாடுகளிலுமுள்ள முள்ளம்பன்றியையும் புலி இரையாக்குவதுண்டு. உருவில் சிறியதாயிருந்தாலும் முள்ளம்பன்றி ஆபத்தானது. தங்கள் உடலிலுள்ள ஈட்டி போன்ற முட்களால் புலிகளுக்குக் கடுமையான காயங்களை ஏற்படுத்த முடியும்.

இரையை உண்பதும் கொல்லும் விகிதமும்

இரைவிலங்கைக் கொன்றபின் புலி, அதை இழுத்துக் கொண்டுபோய் மற்ற ஊனுண்ணிகள் கண்ணில் படாமல், புதரில் மறைத்து வைத்து, அதைக் காவல் காக்கும். சராசரி

50 மீட்டர் தூரம் வரை இவ்வாறு இழுத்துச் செல்லும். நாகரஹொளேயில் 550 மீட்டர் இழுத்துச் சென்றதை ஒரு முறை நான் பதிவு செய்திருக்கிறேன். கொல்லப்பட்ட இரை விலங்கு மிகப் பெரியதாக இருந்தாலோ அல்லது மறைத்து வைக்க அருகாமையில் தகுந்த இடம் இல்லாவிட்டாலோ, புலி விலங்குச் சவத்தை இழுத்துச் செல்லாது. இரைவிலங்கின் பின்னங்கால் சப்பைப் பகுதியிலிருந்து தின்ன ஆரம்பித்து சுமார் 20 முதல் 35 கிலோ வரை இறைச்சியை உண்ணும். பின்னர் அருகிலேயே படுத்து ஓய்வெடுக்கும். புலி அந்த இடத்திலேயே மூன்று முதல் ஐந்து நாட்கள் வரை இருந்து, 80 முதல் 100 கிலோ இறைச்சியைத் தின்னும். இது கொல்லப்பட்ட இரை விலங்கின் எடையைப் பொறுத்தது. பசி தாங்காத போது, மற்ற இரைக்கொல்லிகளால் அடிக்கப் பட்ட விலங்கை, அழுகிப்போன, நோயாலோ அல்லது வேறு காரணத்தினாலோ செத்த விலங்கின் இறைச்சியைக் கூட புலி உண்ணும்.

புலி ஒன்றுக்கு எவ்வளவு உணவு தேவைப்படுகிறதென்பது, அதன் வயது, பாலினம் மற்றும் உடல் பருமனைப் பொறுத்தது. உயிரியல் பூங்காக்களிலிருக்கும் பெண் புலிகளுக்கு நாளொன் றிற்கு 5 முதல் 6 கிலோ இறைச்சி இரையாக அளிக்கப்படுகிறது. அதாவது வருடத்திற்கு 1800 முதல் 2000 கிலோ வரை. ஆனால் காட்டுப் புலிகளுக்கு, வெட்டப்பட்ட இறைச்சித் துண்டங்களை யாரும் கொடுப்பதில்லையே. அவை கொல்லும் இரை விலங்குகளின் பல உடல் பாகங்கள் – பெரிய எலும்புகள், முரட்டுத்தோல், மண்டையோடு, கொம்புகள், குளம்புகள், ரோமம், அவற்றின் தீனிப்பையிலிருப்பவை, குடல் இரைப்பை – உண்ண முடியாதவை. இந்தப் பாகங்களை புலி விழுங்கி விட்டாலும் செரிக்கப் படாமல் வெளியேற்றப்படும். இவ்வாறு உண்ணப்படாத உடற்பகுதிகள், இரைவிலங்கின் எடையில் மூன்றில் ஒரு பகுதியிருக்கும். 150 கிலோ எடையுள்ள கடம்பை மான் ஒன்றைப் புலி அடித்தால், அதில் 100 கிலோ இறைச்சி தான் உண்ணத் தகுந்ததாயிருக்கும். எனினும் காட்டுயிர் உயிரியியலாளர்கள், புலி உண்ணும் இறைச்சியை, உயிருள்ள இரைவிலங்கின் எடையை வைத்தே கணக்கிடுகிறார்கள்.

ஆண்டொன்றிற்கு ஒரு ஆண்புலி 3600 கிலோ இரை விலங்குகளையும் பெண்புலி 3000 கிலோ இரைவிலங்குகளை யும் அடித்து உண்கின்றன. ஒரு சராசரி இரைவிலங்கின் எடை 50 கிலோவென்று கொள்வோமானால் (ஒரு பெண் புள்ளிமானின் எடை) ஒரு வருடத்திற்கு 60 முதல் 75 இரை விலங்குகளைப் புலியொன்று கொல்ல வேண்டும். ஆனால்

இரைவிலங்கின் சராசரி எடை 100 கிலோ ஆகயிருந்தால், 30 முதல் 40 விலங்குகளை கொல்ல வேண்டும். சித்வான் சரணாலயத்தில் புலி கொன்ற இரைவிலங்கின் சராசரி எடை 61 கிலோவாகவும், நாகரஹொளேயில் 90 கிலோவாக வும் இருந்தது. வேறுவிதமாகக் கூற வேண்டுமானால், ஒரு புலி, ஆண்டொன்றிற்கு 45 முதல் 50 மான் போன்ற பெரிய விலங்குகளைக் கொல்ல வேண்டும். அதாவது ஏழு அல்லது எட்டு நாட்களுக்கொருமுறை ஒரு இரைவிலங்கை அடித்துக் கொல்ல வேண்டும். மூன்று குட்டிகளைப் பேணும் தாய்ப்புலி யொன்று ஆண்டுக்கு 60 விலங்குகள் முதல் 70 வரை கொல்ல வேண்டும். அதாவது ஐந்து அல்லது ஆறு நாட்களுக்கொரு முறை ஒரு விலங்கை அடிக்கவேண்டும்.

மேற்கூறிய இரைவிலங்கைக் கொல்ல வேண்டிய விகிதாச் சாரம், உடல் சீக்கிரமே அழுக ஆரம்பிக்கும் வெப்பநாடுகளில் வாழும் கடம்பைமான், புள்ளிமான் மற்றும் காட்டுப்பன்றி போன்ற இரைவிலங்குகளுக்குப் பொருந்தும். சித்வான், நாகரஹொளே சரணாலயங்களில், புலியொன்று, தான்கொன்ற இரைவிலங்கை மூன்று அல்லது நான்கு நாட்களில் தின்கின்றது. நாகரஹொளேயில் நான் அவதானித்தது என்னவென்றால் 580 முதல் 1000 கிலோ எடையுள்ள காட்டெருதைக் கொன்ற புலி, 10 அல்லது 20 விழுக்காடு இறைச்சியை மட்டுமே தின்றது. மீதியைக் காட்டின் மற்ற ஊனுண்ணிகள் உண்டன. ஆனால் கடுங்குளிர்ப் பிரதேசமான ரஷியாவில் இறைச்சி அழுக வெகுநாட்களாவதால், இரையை அடித்த புலி இரண்டு வாரங்கள் அல்லது அதற்கு மேலேயும் தங்கி இரை கொள் வதுண்டு. இறைச்சி வீணாகாமல் இவ்வாறு உட்கொள்ளப்பட் டால், அங்குக் கொல்லப்படும் செம்மான், மூஸ் மற்றும் கால் நடைகளின் எண்ணிக்கை குறைவாகவேயிருந்தாலும் அது புலியைப் பாதிக்காது.

இரையைத் தேர்ந்தெடுத்தல்

தங்களது உறைவிடத்திலுள்ள மற்ற இரைக்கொல்லிகளுடன் புலி எவ்வாறு போட்டியிடுகிறது? எவ்வாறு அங்குள்ள இரைவிலங்குகளைப் பயன்படுத்திக்கொள்கிறது? இந்தக் கேள்விகளுக்கான பதிலையறிய புலி எவ்வாறு தன் இரையைத் தேர்ந்தெடுக்கிறது என்பதை உயிரியலாளர்கள் கண்டறிய முயல்கிறார்கள். அங்கொன்றும் இங்கொன்றுமாகக் கிடைப் பதை தன்னியல்பாக அடித்துண்கின்றனவா? அல்லது சில குறிப்பிட்ட விலங்கினத்தை விரும்பி உண்கின்றனவா? சில விலங்கினங்களைக் குறிப்பாகத் தேர்ந்தெடுத்து உண்ணுவதாயிருந் தால், இரைவிலங்கின் உருவ அளவை வைத்தா அல்லது

எந்த இனம் என்பதைக் கொண்டா புலி ஒரு விலங்கைக் கொல்கிறது? அடிப்பதற்கு எளிது என்பதனாலா? எதன் அடிப்படையில்?

இந்தக் கேள்விகளுக்கு விடை காண்பது கடினம். ஏனென்றால் புலி, ஒரு இரைவிலங்கை காட்டில் கொல்வதைக் கண்ணால் பார்த்து அவதானிப்பது இயலாதது. ஒரு உறைவிடத்தில் வாழும் வெவ்வேறு இன விலங்குகளின் எண்ணிக்கையைக் கணக்கிட்டு, புலிகள் அடித்து உண்ட விலங்குகளின் எண்ணிக்கையை இதற்கு ஒப்பிட்டுப் பார்க்கலாம்.

என் களஆய்வுப்படி, நாகரஹொளேயிலுள்ள புலிகள் 13 வகையான விலங்குகளை இரையாகக் கொள்கின்றன. யானைக்கன்று, குரங்கு, கரடி, செந்நாய், மரநாய், முள்ளம் பன்றி மற்றும் சில சிறிய பிராணிகளும் இதில் அடக்கம் என்றாலும் புலிகளின் இரைவிலங்குகளில் முக்கியமானவை காட்டெருது, புள்ளிமான், கடம்பைமான், கேளையாடு மற்றும் காட்டுப்பன்றி. புலியின் இரையில் 95 விழுக்காடு இந்தக் குளம்பிகள்தாம். புலி பற்றி வேறு சில ஆய்வுகளிலும் இதே விவரம்தான் கிடைத்திருக்கிறது.

மேற்கூறிய முக்கிய இரைவிலங்குகள் ஏராளமாக இருக்கும் இடங்களில் புலிகள் அவைகளை அதிகமாக உட்கொள்கின்றனவா என்பதைக் கண்டறிய முயற்சித்தேன். புலிகள் கடம்பை மான் மற்றும் காட்டெருதுகளையே அதிகமாக கொல்வது தெரியவந்தது. மிகுதியாகக் காணப்படும் புள்ளிமான்களை அதிகமாக அடிக்கவில்லை.

நாகரஹொளேயிலுள்ள புலிகள், உருவில் பெரிய, 120 கிலோவிற்கு மேற்பட்ட, விலங்குகளையே கொல்கின்றன. அதிலும் இளம் பிராயத்து விலங்குகளையே விரும்பி உண்பது புலப்பட்டது. கடம்பை, புள்ளி மான்களில் ஆண் மான்களே அதிகம் புலிக்கிரையாகின்றன. அவை பாலியல் வேட்கையால் தனியாக, நெடுந்தூரம் அலையும்போது தாக்கப்பட்டிருக்கலாம். பல கிழட்டு விலங்குகளுடன், முதிர்ந்த விலங்குகளையும் புலிகள் கொல்கின்றன. 1989ல் நாகரஹொளேயில் கோமாரி நோயால் தாக்குண்டு, குளம்புகளில் புண்களுடன் நடக்கச் சிரமப்பட்ட காட்டெருதுகளைப் புலிகள் கொன்றன. இரைவிலங்குகளின் பலமின்மையைப் பயன்படுத்திக் கொள்கின்றன என்பது எனக்குப் புரிந்தது.

ஆட்கொல்லிப் புலிகள்

வரலாற்றுக்கு முற்பட்ட காலத்தில் புலி, மனிதரையும் ஒரு இரைவிலங்காக இனங்கண்டிருக்கலாம். ஆனால்

நெருப்பு, வேட்டை கருவிகள் மற்றும் கூட்டமாக வேட்டை யாடும் உத்தி இவைகளைப் பற்றிய பரிச்சயம் ஏற்பட்ட பின்னர், நம் மூதாதையர் புலியின் தாக்குதல்களை எதிர் கொள்ளத் தெரிந்து கொண்டனர். பூனைகளைப் போலவே, புலி விரைவில் கற்றுக்கொள்ளும் திறன் கொண்டது. கூட்ட மாகத் திரிந்து கொண்டிருந்த மனிதர்களிடம் எச்சரிக்கையாக வும் மரியாதையுடனுமிருக்கக் கற்றுக்கொண்டது.

கி.பி. 1300இல் எழுதிய மார்க்கோ போலோ, சீனாவில் புலி ஆட்கொல்லியாக அஞ்சப்படுவதாகக் கூறினார். ஆனால் அண்மைக் காலத்தில், வெடிமருந்து, துப்பாக்கிகள், எஃகு இவை புழக்கத்தில் வந்தபிறகு, மனிதர் புலிகளை வேட்டை யாடி, அலைக்கழித்து, அவைகளின் வாழிடங்களிலிருந்து ஏறக்குறைய அழித்தே விட்டனர். இந்தக் காலகட்டத்தில்தான் மனிதர்களை ஒரு இரையாகப் பார்க்காமல், அவர்களை விட்டு வேங்கை விலகிப் போக ஆரம்பித்தது எனலாம். ஆனால் சந்தர்ப்பம் வாய்த்த போதெல்லாம் கால்நடைகளைக் கொன்று தின்றது. கடந்த இரண்டு மூன்று நூற்றாண்டுகளில் இதுதான் புலியின் இயல்பான நடத்தையாக இருந்துள்ளது.

ஆயினும், அனுபவமின்மையினால் பசியினால், காயம் பட்டதால், தன் குட்டிகளைப் பாதுகாக்க, மனிதரைப் புலிகள் கொன்றிருக்கின்றன. எப்போதாவது ஒரு மனிதனைக் கொன்ற புலி, ஆட்கொல்லியாக மாறிவிடும் என்று கூற முடியாது. ஆனால் சில புலிகள், மனிதரை எளிதாக அடித்து விடலாம் என்பதைத் தற்செயலாக அறிந்த பின்னர் ஆட்கொல்லியாக மாறலாம் என்று கருத சான்றுகள் உள்ளன.

பத்தொன்பதாம் நூற்றாண்டிலும், இருபதாம் நூற்றாண்டின் ஆரம்ப வருடங்களிலும், ஆசியாவின் பல இடங்களிலிருந்து ஆட்கொல்லிப் புலிகளைப் பற்றிய தகவல் வந்தது. பலரைக் கொன்று, மக்களைப் பீதியில் உறையச் செய்தன ஆட்கொல்லி கள். வரலாற்றுப் பதிவின்படி புலிகளுக்கு இரையாகும் மனிதர் பற்றிய விவரங்கள், ரஷியா, சீனா, சிங்கப்பூர் மற்றும் இந்தியா போன்ற நாடுகளிலிருந்து கிடைத்தன. பத்தொன்பதாம் நூற்றாண்டின் தொடக்கத்தில், இந்தியாவின் சில பகுதிகளில் மக்கள் வசிக்க முடியாதபடி ஆட்கொல்லிகளின் ஆதிக்கம் இருந்தது. அந்தக் காலகட்டத்தில், இன்று செல்வச் செழிப்பில் பரபரப்புடன் இயங்கிக் கொண்டிருக்கும் சிங்கப்பூரில், ஒரு வருடத்தில் 200 முதல் 300 வரை மனிதர்கள் ஆட்கொல்லிப் புலிகளுக்கு இரையானார்கள். அதே நூற்றாண்டில் மஞ்சூரியா வில் ஆட்கொல்லிப் புலிகளால் உருவாக்கப்பட்ட மரண பயத் தால் 150 கிலோ மீட்டர் தூரத்திற்குள் எல்லாச் சந்தைகளும்

மூடப்பட்டன. அங்குப் பணிபுரிந்த சீனத் தொழிலாளர்களைப் பாதுகாக்க, கோசாக் எனும் கூலிப்படையினர் பணிக்கு அமர்த்தப்பட்டனர். 1922ல், மத்திய சீனாவில், ஒரு கிராமத்தில் ஒரே வாரத்தில் 60 பேர் புலிகளால் கொல்லப்பட்டனர்.

இந்தியாவில், இருபதாம் நூற்றாண்டிலும்கூட, வங்காளம், மத்திய ராஜதானங்கள் மற்றும் இமயமலை அடிவாரம் போன்ற பகுதிகளில் ஆட்கொல்லிப் புலிகள் இயங்கிக் கொண்டிருந்தன. வேட்டைக்காரர் ஜிம் கார்பெட் சில ஆட்கொல்லிகளைப் பற்றி விவரமாக எழுதி அவைகளை பிரபலமாக்கினார். நான்கு ஆண்டுகளாக, பகீரதப் பிரயத்தனப்பட்டு, அவர் சுட்டுக்கொன்ற சம்ப்பவாட் பெண் புலி 236 ஆட்களைக் கொன்று தின்று, குமாவோன் பகுதியில் 1907 முதல் 1911 வரை மக்களைக் குலை நடுங்க வைத்திருந்தது.

இந்தோசைனா, மலேசியா, இந்தோனேசியா மற்றும் தென்னிந்தியாவில், ஆட்கொல்லிப் புலிப் பிரச்சனை இருந்ததில்லை. கடந்த இரு நூற்றாண்டுகளாகப் புலிகள் மனிதரை கொன்று தின்பதற்குச் சூழியல் ரீதியான விளக்கம் ஏதும் இல்லை. அதற்குப் பல சூழியல், சமூகவியல் காரணிகள் இருக்கலாம். புலிகளின் எண்ணிக்கை, இரைவிலங்குகள் கிடைப்பது, காட்டுவாகு, வேட்டைக்காரர் அங்கு இருப்பது, புலிகள் உறைவிடமும் மக்கள் வாழிடமும் அருகருகில் இருப்பது, மக்கள் நெருக்கம், புலியை வேட்டை யாடும் மரபு, திருப்பித்தாக்கும் வசதி மற்றும் சந்தர்ப்பம் போன்ற காரணங்களைச் சுட்டிக்காட்டலாம்.

இந்தியாவிலும் வங்கதேசத்திலுமுள்ள சுந்தரவனத்து சுரபுன்னைக் காடுகளில் இன்றும் கூட புலிகள் ஆண்டுக்குப் பத்துப் பன்னிரெண்டு ஆட்களைக் கொல்கின்றன. இதில் பெருவாரியானவர்கள் விறகுவெட்டிகள், தேன் சேகரிப்போர் மற்றும் செம்படவர்கள். சுந்தரவனத்து ஆட்கொல்லிகள் பிறழ்ச்சியால் அவ்வாறு செயல்படுபவையல்ல. அங்குள்ள புலிகளின் கணிசமான விகிதம் ஆட்கொல்லிகளாயிருக்கலாம். எப்படி புள்ளிமான், காட்டுப்பன்றி மற்றும் குரங்குகளைப் புலிகள் அடித்துண்கின்றனவோ, அவ்வாறே சந்தர்ப்பம் கிடைத்தால் இரைகள் அரிதாயுள்ள முகத்துவாரப் பகுதியில் மனிதரையும் உணவாகக் கொள்கின்றன.

சுந்தரவனத்தில் மனிதருக்கும் புலிகளுக்கும் உள்ள உறவு அலாதியானது. தொழில்நுட்ப வளர்ச்சியால் புலிக்கு எதிராக மனிதரின் கை ஓங்குவதற்கு முன் இருந்த உறவின் தொடர்ச்சி தான் இதுவும். இம்சைப்படுத்தி, அச்சுறுத்தி, வேட்டையாடி மனிதன் இங்கு புலியை எதிர் கொண்டான். மற்ற பிரதேசங்

களைக் காட்டிலும் இந்த சுரபுன்னைக் காடுகளில் புலிகளை வெல்வது கடினமாதலால் இத்தகைய வரலாற்றுத் தொடர்ச்சியை இன்றும் காண முடிகிறது.

மற்ற இரைக்கொல்லிகளுடன் போட்டியும் ஒன்றி வாழ்தலும்

புலிகள் வாழிட எல்லைக்குள், ஏறக்குறைய எல்லா இடங்களிலேயும் மற்ற பெரிய ஊனுண்ணிகளும் இருந்திருக்கின்றன. இவற்றில் பல – கரடிகள், கழுதைப்புலி போன்ற – புலியுடன் இரைக்குப் போட்டி போடுபவையல்ல. ஆனால், புலி வாழும் பல உறைவிடங்களில் சிறுத்தை, செந்நாய், மற்றும் ஓநாய் போன்ற இரைக்கொல்லிகள் புலி உண்ணும் இரை விலங்குகளுக்காகப் போட்டியிடுகின்றன.

சிறுத்தை (40–70 கிலோ) ஓநாய் அல்லது செந்நாய் (15–25 கிலோ) இவைகளைவிட புலி உருவில் மிகப்பெரியது (150–250 கிலோ). எந்த எதிர்கொள்ளலிலும் புலியின் கை தான் ஓங்கி நிற்க வேண்டும். ஆனாலும் கூட்டாக இணைந்து தாக்கும் திறனால் ஓநாயும் செந்நாயும் இரையை அடிப்பதில் புலிக்கு ஈடு கொடுக்கலாம்.

புலியைச் செந்நாய்கள் எதிர்கொள்வதைப் பற்றிய நம்பத் தகுந்த விவரங்கள் மிகக்குறைவு. வேட்டையாடிக்கொண்டிருந்த செந்நாய்கள் இளைப்பாறிக் கொண்டிருந்த புலி ஒன்றைக் கண்டு, தூரவிலகிப் போவதை நான் கவனித்திருக்கின்றேன். குட்டியுடனிருந்த ஒரு தாய்ப்புலி, இரண்டு செந்நாய்களைக் கொன்று அவை அடித்திருந்த இரையைக் கவர்ந்துக் கொண்டதை, இயற்கைவாதி கே.எம். சின்னப்பா பார்த்திருக்கிறார். சில சமயம் புலிகளும், சிறுத்தைகளும் செந்நாயைக் கொன்று புசிப்பதுண்டு. புலி, சிறுத்தையின் எச்சத்தில் காணப்பட்ட செந்நாயின் ரோமங்களிலிருந்து இது புலனாகிறது.

காட்டில் புலிகளுக்கு அடுத்தபடிதான் சிறுத்தை. புலிகள் தங்களது வாழிடங்களில் சிறுத்தைகளை வரவிடுவதில்லை. சித்வான், கான்ஹா சரணாலயங்களில் நமக்குக் கிடைத்த தகவல் இதை உறுதிப்படுத்துகின்றது. சிறுத்தைகளைப் புலி துரத்துவதை நான் நாகரஹொளே காட்டில் கண்டிருக்கிறேன். சிறுத்தைகளைப் புலிகள் கொன்று தின்பது பற்றிய பல குறிப்புகள் உண்டு. எனினும், புலியும் சிறுத்தையும் வாழுமிடங்களில், அவர்களது போட்டி பற்றியும் ஒத்துப் போவது பற்றியும் பல விவரங்கள் நமக்குக் கிடைக்கின்றன. தாய்லாந்திலுள்ள ஹுவாய் கா கேயங் காடுகளில் பேண்டங் (காட்டு மாடு), காட்டெருது மற்றும் கடம்பைமான் போன்ற பெரிய இரை விலங்குகள் 1980களில் அற்றுப் போய்விட்டன. இந்த நிலையில்

புலிகள் இரைக்குத் திண்டாடிக்கொண்டிருந்தபோது, கேளையாடு போன்ற சிறு இரைவிலங்குகளை உண்டு சிறுத்தைகள் நிலைமையைச் சமாளித்தன. சித்வான் மற்றும் கான்ஹா சரணாலயங்களில் பெரிய இரைவிலங்குகள் குறைவாகவும், புள்ளிமான் போன்ற விலங்குகள் ஏராளமாகவும் இருக்கும் சூழ்நிலையில், புலி, சிறுத்தை இரண்டுமே இந்த இன விலங்கு களுக்காகப் போட்டி போடுகின்றன. இங்கே, புலிகள் புள்ளிமான் அதிகமாயுள்ள இடங்களில் சிறுத்தைகளை அண்டவிடுவ தில்லை.

நாகரஹொளேயில் பெரிய, சிறிய இரைவிலங்குகள் இரண்டு வகையுமே ஏராளமாக உண்டு. புலியும் சிறுத்தையும் இங்கே வெவ்வேறு வகையான இனவிலங்குகளைத் தேர்ந் தெடுத்து அடிப்பதால், இரு பூனைகளுக்குள் போட்டி ஏது மில்லை. நாகரஹொளேயில் நான் நடத்திய ஆய்வில் புலி, சிறுத்தை, செந்நாய் ஆகிய மூன்று இரைக்கொல்லிகளும் ஓர் உறைவிடத்தில் நடமாடின என்று தெரியவந்தது. ஆப்ரிக்க புல்வெளியில் நடமாடும் சிங்கம், சிறுத்தை, கழுதைப்புலி மற்றும் சிவிங்கிப்புலி இவை ஒன்றையொன்று கண்ணால் பார்த்து, அருகில் செல்லாமல், மோதலைத் தவிர்த்துக் கொள்ள முடியும். ஆனால் அடர்ந்த காடுகளுள்ள ஆசியாவில், இரைவிலங்குகள் போதுமான எண்ணிக்கையிலிருக்கும்வரை, புலியும் மற்ற இரைக்கொல்லிகளும் சுமுகமாக ஒரே வாழிடத்தில் வாழ முடிகின்றது.

மத்திய மற்றும் தென்னாசியாவில் சில இடங்களில் புலிகளும் ஓநாய்களும் ஒரே வாழிடத்தில் சஞ்சரிக்கின்றன. தென்னாசிய ஓநாய்கள் உருவில் சிறியவை. திறந்தவெளிப் பிரதேங்களில் வாழ்வதால் புலிகளுடன் எதிர்கொள்ளல் ஏதுமில்லை. ஆனால் உருவில் பெரிய ஓநாய்கள் வாழ்கின்ற ரஷ்யாவிலிருந்தும், சீனாவிலிருந்தும் கூட புலி–ஓநாய் எதிர் கொள்ளல் பற்றிய தகவல் ஏதுமில்லை.

மேற்காசியாவில், முன்னர் சிங்கத்தின் வாழ்விடமாக இருந்த பகுதி வறண்ட, வெப்பமான பிரதேசம். இது புலிக்கு உகந்ததல்ல. இந்த இரு பூனைகளும் ஒன்றாக வசித்த சில பிரதேசங்களில், முக்கியமாக வடஇந்தியாவில், புலி வெம்மையைத் தவிர்க்கவும், இரைகளை வேட்டையாடவும் வேண்டி காட்டுப் பகுதிகளிலேயே வாழ்ந்தது. புலியும் சிங்கமும் நேருக்கு நேர் எதிர்கொண்டதாக ஒரு விவரமும் இல்லை. புலி, சிங்கத்தை விட உருவில் சற்றே பெரிதாயிருந் தாலும், சிங்கங்கள் இரண்டு மூன்றாகவோ அல்லது ஒரு சிறு மந்தையாகவோதான் நடமாடுகின்றன. தனியாகவே

நடமாடும் புலியை இந்த மந்தை எதிர்கொண்டிருந்தால் புலி பின்வாங்க வேண்டியிருக்கும்.

முந்தைக் காலத்தில், சாகுபடிக்கு உகந்த திறந்த வெளி களில்தான் சிங்கங்கள் வாழ்ந்தன. அவை பகலில், மந்தையாக நடமாடும். ஒரு குறிப்பிட்ட நிலப்பகுதியில்தான் வாழும். இந்த நிலையில், அவைகளுக்கும், நிலத்தில் வேளாண்மை செய்ய முயன்ற மனிதருக்கும் நேரடி மோதல் ஏற்பட்டிருக் கலாம். திறந்தவெளியில் பகலில் நடமாடியதால் சிங்கங்களை வேட்டையாடிக் கொல்வதும் எளிதாகவேயிருந்திருக்கும். காலனி ஆட்சி வருவதற்கு முன்பே, வேட்டைக்காரர்கள் சிங்கத்தைக் கொன்றொழித்துவிட்டது, சூழியல் ரீதியாக, புலி பரவுவதற்கு வசதியாக அமைந்தது.

மூங்கில் போன்ற காடுபடு திரவியங்களை மிதமிஞ்சிப் பயன்படுத்துவதால் புலியின் உறைவிடம் சிதைக்கப்படுகிறது. © பாலச்சந்திர ஹெக்டே.

ஏகாந்தமாய்...
ஆனால் தனியாக அல்ல

புலிகள் ஒன்றுக்கொன்று கொள்ளும் தொடர்பு

புலிகள் தனிமையில் நடமாடும் விலங்குகளானாலும் அவைகளின் சமூக அமைப்பு விரிவானது. அது எவ்வாறு இயங்குகிறது என்பதைப் பார்ப்போம். மற்ற புலிகளிட மிருந்து விலகி, தனியாக அகண்ட பகுதியில் வாழ்ந்தாலும், அவை அவ்வப்போது ஒன்றுக்கொன்று தொடர்பு கொள்ளும். தூரக்கிழக்கு ரஷியாவில், நியூயார்க் மாநகரின் பரப்பு அளவு டைய காட்டில் ஆறு புலிகளே வாழும். அந்த நிலையில் ஆறு மனிதர்களிருந்தால், ஒருவரை ஒருவர் பார்க்கக்கூட இயலாது; அதற்கு பிறகுதானே சமுதாயம் அமைப்பதெல்லாம். ஆனால் புலிகளோ இத்தகைய பரப்பிலும் ஒன்றுடன் ஒன்று தொடர்பு கொண்டு, இணை சேர்ந்து குட்டிபோட்டு, பரவு கின்றன.

சிங்கம், செந்நாய் போன்ற இரைக்கொல்லிகளைப் போல புலி மந்தையாக நடமாடுவதில்லை. ஆகவே, பார்வை மூலம் ஒன்றுக்கொன்று தொடர்புகொள்ள முடியாது. அடர்ந்த காட்டில் குட்டிகளை வளர்க்கும்போது கூட எப்போதும் பார்வையால் அவைகளோடு தொடர்பு வைத்துக்கொள்ள முடியாது. ஆகவே மாற்று முறைகளைக் கையாளுகின்றன. நெடி அல்லது வேறு யுக்திகள் மூலம் தகவல் பரிமாற்றம் நடக்கிறது. புலிகள் வெவ்வேறு விதமான குரல்களை எழுப்பி – கர்ஜனை, உறுமல், முனகல் என – மற்ற புலிகளுடன் தொடர்பை ஏற்படுத்திக் கொள்கின்றன.

புலிகள் அவ்வப்போது குரலெழுப்பும். பலவிதமான ஓசைகளை எழுப்பும். 5 கி.மீ. தூரம் கேட்கக் கூடிய கர்ஜனை

கிராம மக்களை அவர்கள் இசைவுடன் வேறு இடத்தில் குடியமர்த்துவது புலிப் பாதுகாப்புத் திட்டத்தின் ஒரு புதிய உத்தியாக உருவாகியுள்ளது. புலியை காப்பாற்றுவது மட்டுமில்லாமல் மக்களுக்கும் நன்மை பயக்கின்றது இம்முறை. © சஞ்சய் குப்பி

காட்டினூடே இருளைக் கிழித்துப் போகும். பாலுணர்வு மேலிட்டு இணை சேரும் காலத்தில் புலிகள் கர்ஜனை செய்யும். தனது குட்டிகளுடன் தொடர்பு கொள்ளவும் தாய்ப்புலி கர்ஜிப்பதுண்டு. குட்டிகள் மிகவும் சிறியவையாயிருந்தால் தாய்ப்புலி காட்டிலுள்ள மற்ற எதிரிகளின் கவனத்தை ஈர்க்காமல் குட்டிகளுடன் தொடர்புகொள்ள, லேசான முனகலை எழுப்பும். சில வேட்டைக்காரர்கள், கடம்பை மானின் கத்தல் போன்ற ஒரு ஒலியையும் புலி எழுப்பும் என்கிறார்கள். நான் அத்தகைய ஒலியைக் கேட்டதேயில்லை.

புலியின் உடலில் பல்வேறு பகுதிகளில் நெடி எழுப்பும் சுரப்பிகள் உண்டு எனப் பார்த்தோம். பாதத்தில் உள்ள சுரப்பிகள் மூலம் நெடியைப் பரப்பிய வண்ணம் செல்கிறது. கன்னத்தை மரம், புதர், செடி மற்றும் கொடிகளில் உரசியும் வாடையைத் தடயமாக விட்டுச் செல்கிறது. சில சமயங்களில் புல்லிலோ அல்லது புழுதியிலோ பிறாண்டி, தன் உடல் நெடியைத் தரையில் பரப்புகின்றது.

ஆண் புலி, பெண் புலி இரண்டுமே நெடியைப் பரப்பு கின்றன. காட்டுத் தடயத்தில் நடக்கும்போது (உயிரியல் பூங்கா விலும் கூட) அவ்வப்போது, மரத்தருகே அல்லது புதரருகே நின்று, வாலை உயர்த்தி, மூத்திரமும் நெடியும் கலந்த திரவத்தைப் பீச்சுகிறது. இது ஒரு வெள்ளை நிறக் களிம்பு போல பீச்சப்பட்ட இடத்தில் படிந்து, பல நாட்களுக்கு நெடியை சமிக்ஞையாகப் பரப்பிக் கொண்டிருக்கும். பழக்கமிருந்தால், இந்த வாடையை மனிதர் கூட அடையாளம் காணமுடியும்.

இந்த நெடியின் மூலம் ஒரு புலி இந்த வழியாகச் சென் றிருக்கிறது என்று மட்டுமே நம்மால் அறிய முடியும். ஆனால் மற்றொரு புலிக்கு அந்த நெடி பல தகவல்களை உள்ளடக்கி யிருக்கும். எந்தப்புலி, எப்போது அந்த வழி சென்றிருக்கிறது என்பதும் பாலியல் ரீதியான விவரங்களும் புலிக்குக் கிடைக்கும். இன்னும் சொல்லப்போனால் ஒவ்வொரு நெடியும் ஒரு மின்னஞ்சல் செய்தி போலத்தான்.

மூத்திரம் கலந்த எச்சத்தையிடும் போதும் புலிகள் தரை யில் தமக்கே உரித்தான நெடியையும் விட்டுச் செல்கின்றன. எச்சமிட்டபின் புலி அந்தக் கழிவை தன் பின்னங்கால்களால் மண்ணாலும் இலைகளாலும் லேசாக மூடும். இது அந்த நெடியைப் பல நாட்கள் நீடிக்க வைக்கும் ஒரு யுக்தி. மண்ணுக் காகத் தரையைப் பிறாண்டும்போது, தரையில் குழி பறித்தாற் போல் காணப்படும் குறி, மற்ற புலியின் கவனத்தை ஈர்க்கும்.

சில சமயம் புலிகள் தங்கள் முன்னங்கால்களை உயர்த்தி, மரத்தின் அடிப்பகுதியைத் தன் கூரிய நகங்களால் பிறாண்டு

வதைக் காணலாம். வேறு சில சமயங்களில் மண்ணிலும் புல்லிலும் புரண்டு, தரையில் அடையாளம் விட்டுச் செல்லும். இவை எல்லாமே அவ்வழிச் செல்லும் புலிகளுக்குத் தகவல் சமிக்ஞைகள்.

வெகு அருகிலிருக்கும்போது ஒரு புலி மற்றொரு புலிக்கு முகபாவம், உடல் மொழி மற்றும் வால் அசைவு மூலம் சமிக்ஞைகள் கொடுத்துக் கொள்கின்றது. முகத்தைச் சுளிப்பது, காதின் நிலை, கண்களைச் சுருக்குவது, அகலத் திறப்பது. இவை தாக்கும் எச்சரிக்கை, தற்காப்பு எச்சரிக்கை, பணிந்து போதல், விளையாட்டு போன்ற பலவற்றை வெளிபடுத்துவன. இந்த மாதிரியான வேதியல் அல்லது காணும், கேட்கும் சமிக்ஞைகளை புலி வெவ்வேறு விதமாக எதிர்கொள்ளலாம். துணையொன்றைத் தேடும் பெண்புலி, ஆண் புலியை நேருக்கு நேர் சந்திக்கலாம் அல்லது இளம்புலி மற்றொரு புலியின் வாழிட எல்லைக்குள் நுழைந்துவிட்டால், அதை எதிர் கொள்ளாமல் விலகிப் போகலாம். புலிகளின் தொடர்பு முறைகளை சித்வான் சரணாலயத்தில் ஆய்வு செய்த டேவிட் ஸ்மித், புலிகள் தத்தம் வாழிட எல்லையோரத்தில்தான் அதிக சமிக்ஞைகளைச் செய்கின்றன என்று கண்டறிந்தார்.

மேற்கூறிய முறைகள் மூலம் புலிகள் தங்களுக்குள் தொடர்பு வைத்து, எதிர்பாராமல் ஒன்றை ஒன்று எதிர்கொள்வதையும் மோதலையும் தவிர்க்கின்றன. புலிகளின் சமுதாய அமைப்பு, இத்தகைய தொடர்பை ஆதாரமாகக் கொண்டது.

இணைசேரலும் கருத்தரித்தலும்

இரண்டு, மூன்று வயதாகும்போது, பெண்புலி, பாலியல் ரீதியாக முதிர்ச்சியடைந்து, கருத்தரிக்கும் நிலையை அடைகிறது. ஆண்புலியும் இந்த வயதில் புணர்ச்சி செய்யும் நிலையை அடைந்தாலும், பலம் பொருந்திய, மூத்த ஆண் புலிக்குத்தான் அதற்குச் சந்தர்ப்பம் கிடைக்கும்.

காட்டில், பெண்புலி புணர்ச்சிக்குத் தயாரான நிலையை அடைந்த பின்தான் ஆண்புலி அதைக் கூடும். ஆனால், உயிரியல் பூங்காக்களில் ஆண்புலிகள் எந்தச் சமயத்திலும் புணருவதுண்டு. மேலைநாட்டு உயிரியல் காட்சிச்சாலைகளிலுள்ள ஆவணங்கள்படி, 50 நாட்களுக்கு ஒரு முறை, பெண்புலி, புணர்ச்சிக்குத் தயாராகும் நிலையடைகிறது. ஆனால் இந்தியாவிலுள்ள உயிரியல் காட்சிச் சாலைகளிலுள்ள ஆவணங்கள்படியும், சித்வான் சரணாலயத்தில் ரேடியோப் பட்டையிட்ட புலிகளை அவதானித்த மெல் சன்க்விஸ்ட் மற்றும் டேவிட் ஸ்மித் இவர்களின் கணிப்பின் படியும், பாலியல் சுழற்சி மூன்று

வாரத்திற்கொருமுறை ஏற்படும். இந்தத் தயார் நிலை இரண்டு முதல் ஆறு நாட்களுக்கு நீடிக்கும்.

வெப்பநாடுகளில், புணர்ச்சிக்கென்று ஒரு தனி பருவ காலம் கிடையாது. வேட்டைக்காரர்கள் தகவல்படி, புலிகள் குளிர்காலத்தில்தான் இணைவது அதிகம். ஆனால், நாகர ஹொளேயில், ரேடியோப்பட்டை கட்டப்பட்ட புலிகளிடையே, வருடம் முழுதும் இனச்சேர்க்கை நடைபெறுவதைக் கவனித்தேன். ஒரு பெண்புலி ஜனவரி, மார்ச், மே, ஜூலை, அக்டோபர் மாதங்களில் பல நாட்கள் வரை இனச்சேர்க்கையில் ஈடுபட்டது. பருவநிலை அடிக்கடி மாறக்கூடிய, தூரக்கிழக்கு ரஷியா போன்ற, பகுதிகளில், இனப்பெருக்கத்தில் பருவநிலையின் தாக்கம் அதிகமாக இருக்கலாம்.

புணர்ச்சிக்கு தயார்நிலையிலிருக்கும் பெட்டைப்புலியும் கடுவன் புலியும் நெடியாலும், கர்ஜனை மூலமும் ஒன்றுக் கொன்று தொடர்புகொண்டு இணைகின்றன. இரண்டு, மூன்று நாட்கள் ஒன்றாக இருந்து, ஒரு நாளுக்கு 50 முறை புணரும். ஆனால் ஒவ்வொரு கலவியும் 15 வினாடிகளே நீடிக்கும். பெட்டை, தரையில் நீண்டு, பதுங்கியவாகில் இருக்கும்போது, ஆண்புலி தன் பற்களால் பெட்டையின் கழுத்தை இறுகபற்றிக் கொண்டு பின்புறமிருந்து ஏறும். கடுவனின் ஆண்குறிக்கருகிலிருக்கும் ஒரு சிறு எலும்பு, பெட்டையின் உணர்ச்சியை எழுப்பி, கருத்தரிக்க உதவுகின்றது. கலவியில் ஈடுபடும் இந்த ஜோடி, அட்டகாசமாக கர்ஜித்தும், போலிச் சண்டை செய்தும், விளையாடிக் கொண்டுமிருக்கும். மனிதரின் கண்களுக்கு இது இன்பம் மேலிடும் இனச்சேர்க்கை போலன்றி ஒரு கடும் சண்டைப்போட்டி போலவே தோன்றும்.

சினைக் காலமும் குட்டி ஈனலும், குட்டிகளின் இளமைப் பருவமும்

குட்டி ஈனும் நாள் நெருங்க நெருங்க, பெண்புலியின் நடமாட்டம் வெகுவாகக் குறைகிறது. அப்படியே நடமாடினாலும் வெகுதூரம் செல்வதில்லை. மறைவான, பாதுகாப்பான இடமொன்றைத் தேட வேண்டுமே. அனுபவமுள்ள புலிகள் குட்டிகளை ஈன மிக எச்சரிக்கையுடன் இடத்தைத் தெரிந்தெடுக்கின்றன. பாறைகளின் இடுக்கில், அடர்ந்த புதர்களில், மற்ற இரைக்கொல்லிகளிலிருந்து ஆபத்து ஏதும் இல்லாத ஒரு மறைவிடத்தை அவை தேடும். ஒரு ஈற்றில் ஏழு குட்டிகள் வரை இருக்கலாம். ஆனால் பொதுவாக மூன்று முதல் நான்கு குட்டிகளிருக்கும். பத்து மணி நேரத்தில் ஒரு ஈற்றின் எல்லாக் குட்டிகளும் பிரசவிக்கப்படும். பிறக்கும்போது, ஒரு ஈற்றில் ஆண், பெண் குட்டிகள் ஒரே விகிதாச்சாரத்திலிருக்கும், இரண்டு ஆண் இரண்டு பெண் என.

குட்டிகள் பிறக்கும்போது கண் திறக்கப்படாமல், தாமாக ஏதும் செய்ய இயலாத நிலையிலிருக்கும். தாய்ப்புலி தீர்க்கமாகத் தன் குட்டிகளைக் காக்கும். மிக அரிதாக, வளர்ச்சி ஊக்கிகளின் சமன்நிலை பிறழ்வதால், தாய்ப்புலி தன் குட்டிகளைக் கொன்று தின்பதுண்டு. சிறுத்தை, செந்நாய், ஓநாய் மற்றும் கரடி போன்ற மற்ற உயிர்க்கொல்லிகளிருந்தும் பிற புலிகளிலிருந்தும் தாய்ப்புலி தன் குட்டிகளைப் பாதுகாக்க வேண்டியுள்ளது. முதலிரண்டு மாதங்கள் தாய்ப்புலியின் பால்தான் குட்டிகளின் உணவு. குட்டிகளைப் பாலூட்டிக் காக்க வேண்டியுள்ளதால், தாய்ப்புலியின் நடமாட்டம் வெகுவாகக் குறைந்து விடுகிறது. இருக்குமிடத்தில் சந்தடி ஏதும் ஏற்பட்டால், வேறு மறைவிடத்திற்குப் போய்விடும். குட்டிகளை ஒவ்வொன்றாக வாயில் கௌவித் தூக்கிச் சென்று இடமாற்றம் செய்து விடும். டேவிட் ஸ்மித் செய்த கள ஆய்வுப்படி தாய்ப்புலி குட்டிகளை விட்டு விலகாமல் கூடவேயிருக்கிறது. முதல் மாதத்தில் குட்டிகளை விட்டு ஒன்றரை கி.மீ தூரத்திற்கு மேல் செல்லவில்லை.

இது புலிக்குட்டிகளுக்கு ஆபத்து நிறைந்த சமயம். தாய்ப் புலி வேட்டையாட சென்றிருக்கும்போது மற்ற இரைக்கொல்லி களால் கண்டுபிடிக்கப்பட்டு கொல்லப்படலாம். காட்டுத்தீ, திடீர் வெள்ளம் இவற்றில் மடியலாம். மனிதர் கண்ணில் பட்டுவிட்டாலும் கொல்லப்படலாம்.

இரண்டு மாதம் கழித்து, தாய் புலியுடன் குட்டிகள் வெளியே நடமாட ஆரம்பிக்கின்றன. இரையொன்றை கொன்ற பின், தாய்ப்புலி தன் குட்டிகளை ஊனுண்ண அழைத்துச் செல்கிறது. தாயுடன் செல்லும்போது குட்டிகள், மற்ற புலிகளையோ யானைகளையோ அல்லது காண்டாமிருகங் களையோ எதிர்கொள்ளலாம். அத்தருணத்தில் அவைகளுக்கிருக் கும் ஒரே பாதுகாப்பு தாக்குதலுக்கு தயாராக இருக்கும் தாய்ப்புலிதான். சித்வானில், ரேடியோப்பட்டை கட்டப்பட்ட ஒரு பெண்புலி, அதன் குட்டிகளருகே சென்று விட்ட உயிரியிய லாளர் கீர்த்தி தாமங்கை கீறிக் காயப்படுத்திவிட்டது. ரான்தம்பூரில் ஒரு தாய்ப்புலி அருகே வந்த ஆண்புலி ஒன்றை அடித்துக் கொன்றே விட்டது.

தாய்ப்புலியின் துணையான ஆண்புலி, தன் குட்டிகளுக்கு தீங்கேதும் இழைப்பதில்லை. சிலசமயம், தான் அடித்த இரையை இந்த ஆண்புலி, தாய்ப்புலி மற்றும் குட்டிகளுடன் பகிர்ந்து கெள்ளவும் கூடும். ஆனால் மற்ற ஆண்புலிகள், குறிப்பாக தந்தையான ஆண்புலியை பணியச் செய்து பின் அந்த பிரதேசத்தில் நுழையும் மற்ற ஆண் புலிகள், குட்டிகளை தாக்கிக் கொன்றுவிடலாம். நாகரஹொளேயில் மூன்று முதல்

ஒன்பது மாதக் குட்டிகள் பல இம்மாதிரி கொல்லப்படுவதைப் பார்த்திருக்கிறேன். பலம் வாய்ந்த ஆண்புலியொன்றிடமிருந்து தன் குட்டிகளைக் காப்பாற்ற தாய்ப்புலியால் இயலாது. இத்தகைய குட்டிகளைக் கொல்வது, பல இந்திய சரணாலயங் களில் பதிவு செய்யப்பட்டிருக்கின்றன.

பல பாலூட்டிகள் குட்டிகளைக் கொல்வதில் ஈடுபடுகின் றன. இதனால் அடுத்த ஈற்றில் வரும் ஆண் குட்டிகள் பலம் பொருந்தியதாக வளரக் கூடும். புலிகளின் சமூக அமைப்பில், குட்டிகளைக் கொல்வது ஒரு நிலைபெற்ற நடத்தையாகிவிட்டது. குட்டிகளோடிருக்கும் தாய்ப்புலி கருத்தரிக்காது. ஆண்புலியுடன் இணையவும் ஆர்வம் காட்டாது. குட்டிகள் வளர்ந்து, பிரிந்து போன பிறகுதான் இணைவதில் ஆர்வம் காட்டும்.

வேறு இடத்துப் புலிகள், பெரிய இரைக்கொல்லிகள், காட்டுத்தீ, வெள்ளம் இவற்றால் புலிக்குட்டிகளுக்கு ஆபத்து அதிகம். ஆகவே, சரணாலயங்களில் கூட மூன்றில் ஒரு பங்கு குட்டிகள் மடிந்து போகின்றன. மனித சந்தடி மிக்க இடத்தில் புலிக்குட்டி பிழைத்து இருக்காது.

தாயும் சேயும்

தனியாக சென்று இரைவிலங்கை வேட்டையாடிக் கொன்ற பிறகு தன் குட்டிகளை ஊண் உண்பதற்காக தாய்ப்புலி அழைத்துச் செல்லும். விலங்கு சவத்தைக் கிழிப்பதற்கு உதவியும் செய்யும். முதல் ஒரு வருடத்தில் தாய்ப்புலி எங்குச் சென்றாலும் குட்டிகள் கூடவே செல்லும். சில நூறு மீட்டர் தூரத்திற்கு மேல் தாயைவிட்டு குட்டிகள் விலகிப்போகா. இரைவிலங்கைத் தொடர்வது அவைகளுக்கு இயல்பாகவே வரும். தாயுடனும், மற்றக் குட்டிகளுடனும் சேர்ந்து விளையாட்டு மூலமாகவும், பாசாங்குத் தாக்குதல் மூலமாகவும், வேட்டையாடக் கற்றுக் கொள்ளும். ஆனால் ஆபத்தான இரைவிலங்குகளை வேட்டை யாடுவதை, தாயைக் கூர்ந்து கவனித்துப் பழகித்தான் கற்றுக் கொள்கின்றன.

குட்டிகள் பன்னிரெண்டு முதல் பதினெட்டு மாதம் வளர்ந்த பின் பால்பற்கள் விழுந்து பெரிய கோரைப்பற்கள் முளைக்கின்றன. இதன் பின்னரே அவைகளால் பெரிய குளம்புக் காலிகளைக் கொல்ல முடியும். நாகரஹொளேயில் பதினைந்து மாதக் குட்டிகள் தாய்ப்புலியுடன் சேர்ந்து ஒரு காட்டெருதை அடித்துக் கொல்வதை நான் பார்த்திருக்கின்றேன். அதிலொரு குட்டி ஒரு கண்ணை இழந்திருந்ததைக் கவனித்தேன். முள்ளம் பன்றி ஒன்றைக் கொல்லும்போது இந்த விபத்து ஏற்பட்டிருக் கலாம்.

குட்டிகள் பதினெட்டு மாதம் ஆனபின் சுயேச்சையாக நடமாட ஆரம்பிக்கும். அவ்வப்பொழுது தாயுடன் சேர்ந்து இரைவிலங்கைப் புசித்தாலும் இவை தனியாகவும் வேட்டை யாட முடியும். எனினும் குட்டிகள் ஒன்றுக்கொன்று அருகிலேயே இருக்கும். தாயின் வாழிட எல்லைக்குள்ளேயே நடமாடும். இதை உயிரியலாளர்கள் பிறப்பிட எல்லை *(Natal Range)* என்பர். பிறந்த இடத்துடன் குட்டிகளுக்கு இருக்கும் இப்பிணைப்பு ஃபிலோபேட்ரி *(Phiolopatry)* என்று குறிப்பிடப்படுகின்றது.

பதினெட்டு முதல் இருபத்திநாலு மாதங்களில் தாயின் வாழிட எல்லையுடன் இருந்த பிணைப்பு குறைகிறது. இதே சமயத்தில் தாய்ப்புலி மறுபடியும் இனச்சேர்க்கைக்குத் தயாராகி, அடுத்த ஈற்றுக் குட்டிகளைப் பிரசவிக்கலாம். அதன் பின்னர் முந்தைய ஈற்றுக் குட்டிகளைத் தாய்ப்புலி விரட்டியடிக்கும். குட்டிகளும் தாயின் வாழிட எல்லையை விட்டு காட்டின் வேறு பகுதிக்குப் போய் தத்தம் வாழிட எல்லைகளை நிர்ணயித்துக்கொள்ளும்.

விரவலும் நிலப்பரப்பும்

தாய்ப்புலி அடுத்த ஈற்றுக் குட்டிகளுடன் நடமாட ஆரம்பிக்கும்போது முந்தைய ஈற்றுக் குட்டிகள் வேறு இடம் தேடிப் போக ஆரம்பிக்கின்றன. தாய்ப்புலி தனது மூத்த குட்டிகளை எதிர்கொண்டால் அவைகளைத் தாக்கும். அப் போது மூத்த குட்டிகள் தம் பிறப்பிட எல்லையிலும் அதற்கு வெளியேயும் நடமாடத் தொடங்கும். புதிய காட்டுப் பகுதி களில் சுற்றி, வேட்டைக்குத் தகுந்த இடங்களைத் தெரிந்தெடுத்து அங்குள்ள ஆபத்துக்களைப் பற்றியும் அறிந்து கொள்ளும். இந்தக் கால கட்டத்தில், 18 முதல் 24 மாதங்கள் வரை, இவை முழு வளர்ச்சியடைந்த புலிகள் மாதிரியே தோற்றம் அளிக்கும். குறிப்பிட்ட ஓரிடத்தில் வாழாமல் இவை பல இடங்களில் சுற்றும்.

சில ஆண் புலிகள் தற்காலிக வாழிடங்களைத் தெரிந்து கொள்ளும். அதே சமயம் காட்டில் சுற்றியலைந்து வேறு ஆண்புலியுடன் மோதி அதன் வாழிடத்தைக் கைப்பற்ற வும் முயற்சிக்கும். ஆனால் நான்கு அல்லது ஐந்து வயதுடைய புலிதான் இவ்வாறு புதியதொரு வாழிடத்தைக் கைப்பற்ற முடியும். இந்தச் சமயத்தில் மூத்தப் புலிகளுடனும், வாழிடம் தேடி அலையும் மற்ற புலிகளுடனும் சண்டை மூளுவதுண்டு.

புதிய வாழிடம் தேடி, ஆண் புலிகள், பெண் புலிகளை விட நீண்ட தூரம் அலையும். சில சமயம் மோசமான உறைவிடத்திலும் குடிகொள்ள வேண்டியிருக்கும். சித்வான்

சரணாலயத்தில், டேவிட் ஸ்மித் தொலையுணர்வுக் கருவிகள் மூலம் கண்காணித்த பத்து ஆண்புலிகளுள், ஏழு செழிப்பான நதியோரக் காடுகளுக்கு வெளியே வாழ வேண்டியிருந்தது. ஒரு இடத்தில் குடிகொள்வதற்கு முன் ஆண்புலி நூற்றுக்கணக் கான கிலோ மீட்டர்கள் தூரம் அலைய வேண்டியிருக்கும். இப்படி அலையும் புலிகளுள் சில வழிதவறி எதிர்பாராத இடங்களுக்குச் சென்று விடுவதுண்டு. இந்தியாவில், இப்படி அலையும் புலிகளில் சில உயிரியல் பூங்காவிலுள்ள புலிகளின் கொட்டடிக்குள் குதித்ததுமுண்டு!

ரஷ்ய உயிரியலாளர் வி.ஜி. ஹெப்னர் சில புலிகள், வலசைபோகும் காட்டுப் பன்றி மந்தைகளை சுமார் 1000 கிலோ மீட்டர் தொடர்ந்து சென்றதைப் பதிவு செய்தார். இவை நதிக்கரையோரக் காட்டினூடே புதிய இடம் தேடிப் போன புலிகளா என்பது தெரியவில்லை. புதிய இடம் தேடும் புலிகள் வலசை போவதில்லை.

புதிய இடம்தேடி அலையும் பெண்புலிகள், தாய்ப்புலி யின் வாழிட எல்லைக்கருகிலேயே இடம் தேடும். அந்தப் பகுதியில் பெண்புலிகள் அதிகமிருந்தால் மட்டுமே அவை நெடுந்தூரம் சென்று இடம் தேடும். சில சந்தர்ப்பங்களில், தாய்ப்புலி, தன் வாழிடப்பகுதியில், ஒரு பகுதியை தன் குட்டிப் பெண்புலிக்கு விட்டுக் கொடுக்கும். சில சமயங்களில், அங்கு ஏற்கனவே இருக்கும் பெண்புலியை விரட்டிவிட்டு, அதன் இடத்தை கைப்பற்ற முயற்சிக்கும். இந்த வகையில் வாழிடத்தை பெண்புலிகள் தெரிந்தெடுப்பதால், ஒன்றை யடுத்து ஒன்றாக அவைகளின் வாழிட எல்லைகள் அமை கின்றன. புதிய இடம் தேடும் பெண்புலிகளுக்கும் அங்கேயே வாழும் பெண்புலிகளுக்கும் இடையே சண்டை மூள்வது முண்டு.

தன் பிறப்பிடத்திலிருந்து ஆண்புலிகள் புதிய இடம் தேடி, புலம் பெயர்ந்து வெகுதூரம் செல்வது, நெருங்கிய உறவினப் புலிகளுக்குள்ளேயே இனப் பெருக்கம் நடைபெறாத படியிருக்க இயற்கை வடிவமைத்த ஒரு யுக்தியாக இருக்கலாம்.

புலியின் வாழ்வில் வாழிடம் தேடியலையும் காலகட்டம் அபாயங்கள் நிறைந்தது. பல புலிகள் இந்தச் சமயத்தில்தான் மடிகின்றன. குட்டிகளாக, அனுபவ முதிர்ச்சியின்றி இருப்பதால் ஓரிடத்தில் குடி கொண்டுள்ள புலிகளால் கொல்லப்படுகின்றன. ரண காயங்களிலிருந்து பிழைத்து வாழும் திறன் இருந்தாலும், காயங்களால் பல புலிகள் இறக்கின்றன. காயத்தால் மட்டு மல்ல; பட்டினியாலும், புண்கள் புரையோடியதாலும் அவை மடியலாம். இம்மாதிரியான ஒரு சண்டையில் மடிந்த இரண்டு

வயதுப் புலியொன்றின் உடலை நாகரஹொளேயில் நான் பார்த்தேன். பரிசோதனை செய்தபோது அதன் தோள் பகுதியில், மற்றொரு புலியின் கோரைப் பல், முறிந்து, துண்டாகி ஆழமாகப் பதிந்திருப்பதைக் கண்டேன். அதற்கு ஒரு மாதத்திற்கு முன், ஒரு குளத்தருகே படுகாயத்துடன் ஒரு இளம்புலி படுத்திருக்கக் கண்டேன். பசியாலும் படுகாயத்தாலும், அது நடக்க முடியாமல் கிடந்தது. மறுநாள் இறந்துவிட்டது.

புலம்பெயரும் போது, புலிகள் மக்கள் வசிக்கும் பகுதிகளுக்குப் போய் விடுவதும் உண்டு. இந்தப் புலிகள் கால்நடைகளைக் கொல்ல ஆரம்பித்து, பின் மனிதர்களால் நஞ்சு வைத்தோ அல்லது துப்பாக்கியால் சுடப்பட்டோ அழிக்கப்படுகின்றன.

வாழிட எல்லையும் பாதுகாக்கப்படும் பகுதியும்

இந்நூலில் வாழிட எல்லை என்ற பதத்தை நான் பயன் படுத்தும்போது ஒரு புலி ஒப்பீட்டளவில் நெடுங்காலம் பயன்படுத்தும் நிலப்பகுதியைக் குறிப்பிடுகிறேன். பாதுகாக்கப் படும் பகுதி என்பது, எந்தப் பகுதியைப் புலியொன்று மற்ற எந்தப் புலியும் அதனுள் வந்துவிடாமல் தடுக்கின்றதோ அந்த நிலப்பரப்பைக் குறிக்கின்றது.

நிலப்பரப்பை புலி பயன்படுத்தும் முறையில் வேறுபாடு உள்ளது. பல்வேறு சூழலில் புலிகள் வாழ்வதால் இத்தகைய வேறுபாடுகள் இருக்கலாம். ஜார்ஜ் ஷேலர் 1960களில் கான்ஹாவில் புலிகளை அவதானித்தபோது, பெண்புலிகளின் வாழிட எல்லைகள் ஒன்றுடன் ஒன்று இணைந்திருப்பதைக் கண்டார். பின்னர், சித்வான் சரணாலயத்தில் மெல் சன்க்விஸ்ட் மற்றும் டேவிட் ஸ்மித் இருவரும் தொலையுணர்வுக் கருவிகள் மூலம் பெண்புலிகளைக் கண்காணித்து ஆய்வு செய்த போது, அவற்றின் வாழிடங்கள் தனித்தனியாக இருப்பதை கண்டறிந்தனர். இவை பாதுகாக்கப்பட்ட பகுதிகளே. ஆனால் டேல் மிக்வெல் மற்றும் ரஷிய ஆய்வாளர்களும் தொலையுணர்வுக் கருவிகள் துணையுடன் நடத்திய ஆய்வில், பெண் புலிகளின் வாழிட எல்லைகள் ஒன்றோடொன்று சேர்ந்திருப்பதைக் கண்டனர். நாகரஹொளேயில் நான் செய்த கள ஆய்வில், பெண் புலிகளின் வாழ்விடங்கள் தனித்தனியேயிருந்தாலும், சில இடங்களில் சேர்ந்திருந்தன. உயிரியலாளர் ரகு சுந்தாவத், பன்னா சரணாலயத்தில் கண்டதும் இதுதான்.

சித்வான் சரணாலயத்தில், ஒரு ஆண்புலி, பல பெண் புலிகளின் நிலப்பகுதிகளைத் தனக்கெனக் கொண்டிருக்கிறது. ஆனால் ஆண்புலிகளின் நிலப்பகுதிகள் தனித்தனியாக இருக்கின்றன. ஏறக்குறைய இரண்டு முதல் ஏழு பெண்புலிகளின்

பகுதிகளில் ஒரு ஆண்புலி தன் பகுதியென பாத்தியம் கொண்டாடி நடமாடுகிறது. ஒரு ஆணுக்கு இரண்டு பெண்புலிகள் என்பது பொதுவான விகிதாச்சாரம். தூரக்கிழக்கு ரஷ்யாவில் ஆண்புலிகள் தனக்கென தனிப்பட்ட நிலப்பகுதிகளை வைத்துக் கொள்வதில்லை. நாகரஹொளேயில், காமிராப் பொறி மற்றும் தொலையுணர்வுக் கருவிகளின் உதவியுடன் கண்காணித்தபோது, பல ஆண்புலிகள், பெண்புலிகளின் வாழிட எல்லைகளினூடே நடமாடுவது தெரிந்தது. இம்மாதிரி சஞ்சரிக்கும் ஆண்புலிகளில் எது அந்த நிலப் பரப்பிலேயே வாழும் புலி, எது சுற்றியலைவது என்று பிரித்தறிவது கடினம். ரேடியோப்பட்டை பொருத்தப்பட்ட ஒரு பெண்புலி, இரண்டு ஆண்புலிகளுடன் இனச்சேர்க்கை கொண்டது.

ஒரு நிலப்பரப்பை புலிகள் பகிர்ந்து பயன்படுத்துவது இரைவிலங்குகள் கிடைப்பது, நிலப்பகுதியின் அளவு, இயல்பு, அந்தப் பகுதியிலிருக்கும் புலிகளின் எண்ணிக்கை எனப் பல காரணிகளால் நிர்ணயிக்கப்படுகிறது.

புலிகள் தங்கள் வாழிட எல்லைக்குள் எவ்வாறு சஞ்சரிக்கின்றன? பழக்கப்பட்ட காட்டுப் பாதைகளைப் பயன்படுத்தி பரவலாக நடக்கின்றன. அவ்வாறு நடமாடும்போது மற்ற புலிகளின் நெடி, அவை விட்டுச் சென்ற, காணப்படக்கூடிய தடயங்கள் இவற்றைக் கவனித்துக் கொண்டே செல்லும். நெடியுள்ள திரவத்தைப் பீச்சியடித்தும், மரங்களைப் பிறாண்டியும், ஒலியெழுப்பியும் தங்களுடைய நடமாட்டத்தின் தடயங்களை விட்டுச்செல்லும். வாழிட எல்லைகளை இத்தகைய தடயங்களாலும், அடிக்கடி அங்கு நடமாடுவதாலுமே அவை காத்துக் கொள்கின்றன. முடிந்தவரை ஒன்றையொன்று தாக்கிக் கொள்வதைத் தவிர்க்கின்றன. தாக்குதலில் காயம்பட்டுவிட்டால் இயல்பாக வாழ்வது கடினம். ஆகவேதான் இந்த யுக்தி. எனினும், இரு புலிகள் எதிர்கொள்ளும்போது, ஒன்று பணிந்து போகாவிட்டால், சண்டை மூண்டுவிடும். குட்டியை பாதுகாக்க, கொன்ற இரையைக் காக்க, வாழிட எல்லையைத் தக்க வைத்துக்கொள்ள மற்றும் இனச்சேர்க்கைச் சந்தர்ப்பத்திற்காக, ஒன்றையொன்று தாக்கிக் கொள்ளும்.

1990களில் நாகரஹொளேயில் புலிகளுக்குள் ஏற்பட்ட பல சண்டைகளை நான் கண்டதுண்டு. இந்தத் தாக்குதல்களில் ஒரு முக்கிய வியூகம் எதிரியைச் செயலிழக்கச் செய்ய தோளையோ, முதுகையோ கடிப்பது. இந்தச் சரணாலயத்தில் பல புலிகளுக்குத் தோளில் காயமிருந்தது. சில மடிந்தன. இன்னும் சில அதிசயவசமாகப் பிழைத்துக் கொண்டன. நான் அவதானித்த ப.04 என்று எண்ணிடப்பட்ட புலிக்கு தோளில்

இருந்த காயம் ஆறியபின், வடுக்கள் இருந்தன. அதன்பின் மூன்றாண்டுகள் அந்த ஆண்புலி கோலோச்சி சஞ்சரித்தது. மற்றொரு ஆண்புலி (ப.117)யின் காது கடித்துத் துண்டிக்கப்பட்டிருந்தது. சிறிது நொண்டினாலும், அந்தப் புலி அதன் பின்னர் இரண்டு வருடங்கள் வாழ்ந்தது. இச்சண்டைகளில் பின் காலிலும், முன் காலிலும் காயம் ஏற்படுவது அடிக்கடி நிகழ்ந்தது. ஒரு குட்டியையோ, அல்லது இளம்புலியையோ முதிர்ந்த புலி தாக்கும்போது தலையைக் கடித்துக் கொல்வது வழக்கம்.

இங்கே நாம் மனங்கொள்ளவேண்டியது என்னவென்றால் புலிகள், தாக்குதல் மற்றும் எதிர் கொள்ளலைத் தவிர்த்தல் போன்றவை மட்டுமல்லாது, உகந்த சூழ்நிலையில் ஒன்றோடொன்று தொடர்பு கொண்டும் பழகுகின்றன. தாய்ப் புலியுடன் இரண்டு ஆண்டுகள் குட்டிகள் சேர்ந்திருப்பது இனச்சேர்க்கையின்போது புலிகள் கூடி இணைவது இவை பற்றி ஏற்கனவே பார்த்தோம். ஒரே தாய் வயிற்றில் பிறந்த குட்டிகள், தாய்ப்புலியை விட்டுப் பிரிந்த பின்னும் சில மாத காலம் ஒன்றாகயிருப்பதுண்டு. இத்தகைய இணைப்புகளை ஆய்வாளர்கள் சித்வான், ரான்தம்பூர் மற்றும் பண்ணா சரணாலயங்களில் கண்டிருக்கிறார்கள். நாகரஹொளேயில் நான் தொலையுணர்வு உபகரணங்கள் மூலம் கண்காணித்த இரு புலிகள் (ப.03 மற்றும் ப.04) ஒரே புதருக்குள் இளைப்பாறிக் கொண்டிருந்ததைக் கண்டேன். அவை உறவினமா என்று எனக்குத் தெரியாது. ஒரே தாயினுடைய, வெவ்வேறு ஈற்றுக்களைச் சேர்ந்த, ஒரே பாலினக் குட்டிகள் ஒன்றாகக் கூடியிருப்பதையும், கொன்ற இரையைப் பகிர்ந்துண்பதையும் டேவிட் ஸ்மித் பார்த்திருக்கிறார். பண்ணா சரணாலயத்தில் ஒரே ஈற்றைச் சேர்ந்த இரு பெண்புலிகள், தாயைவிட்டுப் பிரிந்த பின்பு கூட்டாக இணைந்து அடுத்திருந்த ஒரு பெண்புலியின் வாழிட எல்லையைக் கைப்பற்றியதை ரகு சுந்தாவத் பதிவு செய்தார். இரு பெண்புலிகளையும் அவர் தொலையுணர்வு உபகரணங்களின் உதவியால் கண்காணித்திருக்கிறார்.

இதைவிடப் பெரிய கூட்டிணைப்புகளை—ஏழு அல்லது எட்டுப்புலிகள் கொண்ட கூட்டம் – கான்ஹா, ரான்தம்பூர் சரணாலயங்களில், கொல்லப்பட்ட இரை அருகே ஆய்வாளர்கள் பார்த்ததுண்டு. 1989 பிப்ரவரி மாதம் நாகரஹொளேயில் ஒரு கடம்பை மானை ஆறு புலிகள் தின்று கொண்டிருந்ததை நான் கண்டேன்; ஒரு பெரிய ஆண்புலி, இரண்டு பெண்புலிகள், தாயுடனிருக்கும் மூன்று புலிக்குட்டிகள் என. இத்தகைய கூட்டம், அருகருகே வாழும் இரு பெண்புலிகள் தாயும் சேயுமாக ஒன்று சேரும்போது உருவாகலாம். அவை தத்தம் குட்டிகளுடன், அவைகளை உற்பவித்த ஆண்புலியுடன்,

இரையைப் பகிர்ந்துண்டிருக்கலாம். ஆனால் இம்மாதிரியான கூட்டு, சிங்கங்களின் மந்தை, சமூக அமைப்பு கொண்ட கழுதைப்புலி அல்லது செந்நாய் போன்ற ஊனுண்ணிகளுடையது போலன்றி, தற்காலிகமானது.

செறிந்த காடுகளில், இரைவிலங்கை வேட்டையாடிக் கொன்று தனக்கும் தன் குட்டிகளுக்கும் வேண்டிய உணவை அடைய, பரிணாம வளர்ச்சியால் உருவமைக்கப்பட்ட ஒரு இரைக்கொல்லி, புலி. கூடி வாழ்ந்தால், ஒவ்வொரு முறை இரையைக் கொல்லும் போதும் பகிர்ந்து கொள்ளவேண்டியிருப்பதால் ஒவ்வொரு புலிக்கும் குறைவான இறைச்சியே கிடைக்கும். மேலும், அடர்ந்த காட்டினுள் கூட்டு வேட்டையாடுவதால், மறைந்திருந்து திடீரெனத் தாக்கும் சாத்தியக்கூறு போன்ற அனுகூலம் ஏதுமில்லை. கூட்டாக வேட்டையாடும் சிங்கம், வெளிப்பாங்கான புதர்க்காடுகளில், நெடுந் தொலைவிலேயே இரைவிலங்கைக் கண்டுகொண்டு கூட்டுத் தாக்குதல் வியூகம் அமைக்க முடியும். புலியின் தாக்குதல் முறையில்தான் கூட்டு முயற்சிக்கு இடமில்லையே.

புல்வெளிப் பிரதேசங்களில் கொல்லப்பட்ட இரை விலங்கு, மற்ற ஊனுண்ணிகளுக்கு எளிதில் தெரியும். அங்கு மந்தையாக இருந்தால், இரையைப் பாதுகாப்பது எளிதாகும். அடர்ந்த இருண்ட காட்டில், இரையை ஒளித்து வைப்பதே உசிதமான யுக்தி. ஆகவே புலிகளுக்கு மந்தையாக இருப்பதில் – இரையைக் கொல்வதிலோ அதைப் பாதுகாப்பதிலோ – பரிணாம ரீதியில் அனுகூலம் ஏதும் கிடையாது. அதனால் தான், புலிகள், கூட்டமாகச் சேராமல், ஏகாந்தமாய் சஞ்சரிக்க ஏற்றதாக உருவாகியிருக்கின்றன. இருப்பினும் சூழியலுக்கு ஏற்ப மற்ற புலிகளுடன் தொடர்பு கொள்ளும் சமூக அமைப்பும் உருவாகியிருக்கின்றது. புலிகள் ஏகாந்தமாய் இருக்கலாம். ஆனால் அவை தனியாக வாழ்வதில்லை.

புலியின் வாழிட எல்லை, அது நடமாடும் தூரம் இவை அங்கு இரை விலங்கு கிடைப்பதைப் பொறுத்தது. அந்த இடத்தில் எத்தனைப் புலிகள் ஏற்கனவே இருக்கின்றன என்பதும் ஒரு காரணி. © மாயா ராமசாமி

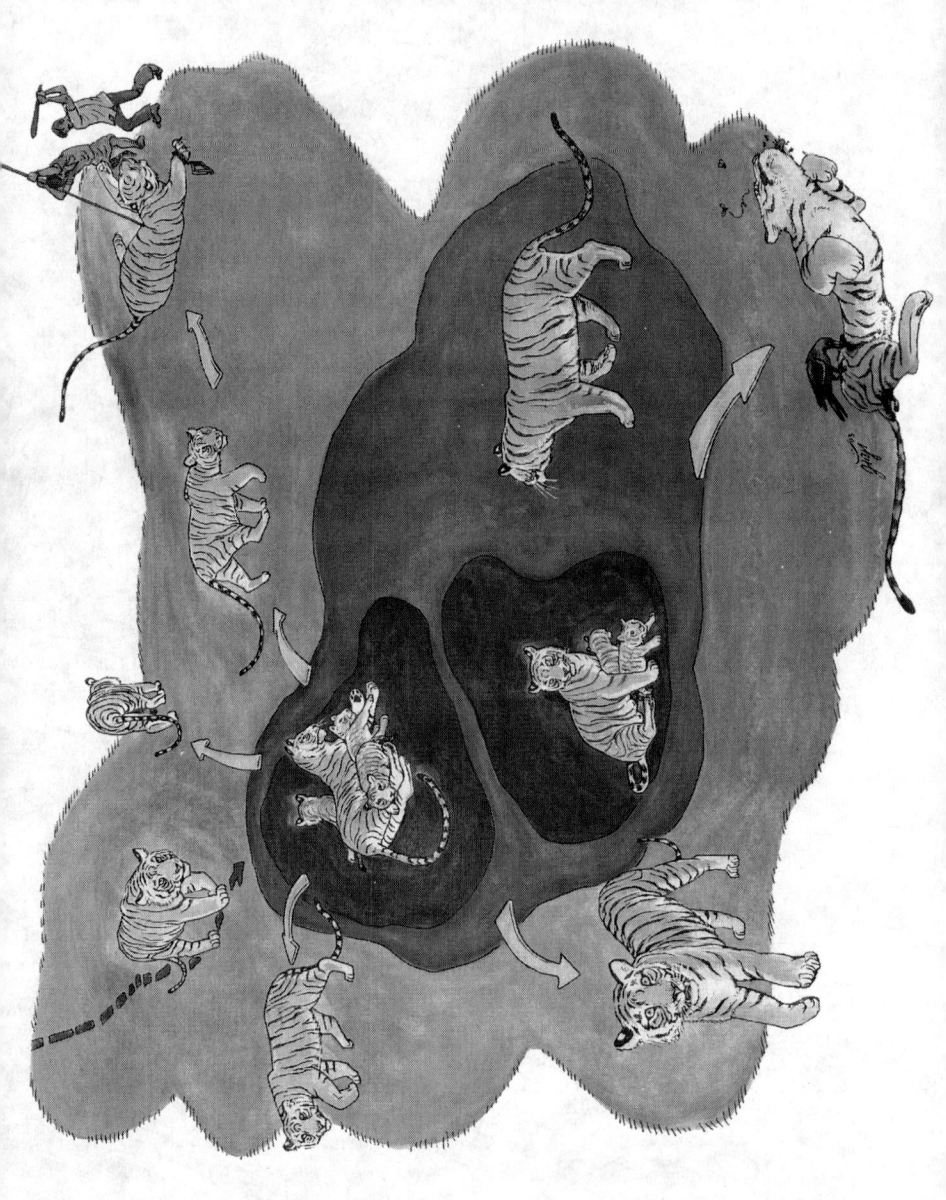

எத்தனை புலிகள்?

புலிகளின் எண்ணிக்கையும் இரையும்

ஒரு சரணாலயத்தின் அலுவலர்களிடம் அடிக்கடி கேட்கப்படும் கேள்வி, "இங்கு எத்தனை புலிகள் இருக்கின்றன?" என்பதுதான். இந்தக் கேள்விக்கு சரியான பதில் அளிப்பது இயலாத காரியம். சொல்லப் போனால், இதற்கு பதிலே கிடையாது. புலிகளை எண்ணுவது மிகக் கடினம். ஆனாலும் புலிகளின் எண்ணிக்கையை அறிவதிலிருக்கும் பிரச்சனைகளை நாம் எதிர்கொண்டே ஆகவேண்டும். ஆகையால்தான் இந்நூலின் மூன்றாம் பகுதியில் புலிகளின் எண்ணிக்கையைக் கணிக்கும் முறைகளைப் பற்றிச் சுருக்கமாகக் கூறியிருந்தேன்.

கணிக்கும் முறை எதுவாயிருந்தாலும், ஒரு பகுதியில் எத்தனை புலிகள் வாழலாம் என்பதை நிர்ணயிக்கும் காரணிகளை நாம் தெரிந்து கொள்ள வேண்டும். ஒரு குறிப்பிட்ட பரப்பில் வாழக்கூடிய புலிகளின் எண்ணிக்கையையும், அதில் ஏற்படும் மாற்றங்களையும் நிர்ணயிக்கும் காரணிகளில் அடிப்படையானது, அங்கிருக்கும் இரைவிலங்குகளின் எண்ணிக்கை. பிறக்கும் குட்டிகளின் எண்ணிக்கை, பிழைத்திருக்கும் விகிதம், மற்ற புலிகளுடன் கொள்ளும் தொடர்பு என மற்ற காரணிகளும் உண்டு.

ஒரு வீட்டில் எவ்வளவு உணவு இருக்கிறதோ அதற்கேற்பத்தான் நாம் பூனைகளை வளர்க்க முடியும். அதேபோல, ஒரு காட்டில் வாழக்கூடிய புலிகளின் எண்ணிக்கை அங்கே எவ்வளவு இரைவிலங்குகள் உள்ளன என்பதைப் பொறுத்தது. மற்ற சில காரணிகளும் – மனிதர் நடமாட்டம் மற்றும் புலிவேட்டை போல – இருந்தாலும், இரைவிலங்குகள் கிடைப்பதுதான் அடிப்படை அம்சம். இதை அந்த உறைவிடத்தின் தாங்குதிறன் எனக் கூறலாம்.

திருட்டு வேட்டையால் இரைவிலங்குகள் அழிக்கப்பட்டதுதான் ஆசியாவின் காடுகளிலிருந்து புலி மறைய முக்கியக் காரணம். ஐம்பது விலங்குகள் கொல்லப்பட்டால், இவ்வுலகில் ஒரு புலி குறையும் என்று அர்த்தம்.
© மாயா ராமசாமி.

விலங்குகளின் உயிர்த்தொகை பற்றிக் குறிப்பிடும்போது, உயிரியலாளர்கள் அடர்த்தி பற்றிக் கூறுவர். ஒரு பகுதியில், 100 சதுர கிலோமீட்டர் பகுதியில் எத்தனை புலிகள் வாழ முடியும் என்பதைக் குறிப்பிடுவது போல, நான் புலி அடர்த்தி மற்றும் இரைவிலங்கு அடர்த்தி என்ற பதங்களைப் பயன் படுத்துகிறேன்.

மீன், பறவை, தவளைகள் போன்ற சிறு உயிரினங்களைக் கூட புலிகள் சில தருணங்களில் உண்ணும். ஆனால் புலிகள் வாழ மான், பன்றி மற்றும் கால்நடை போன்ற பெரிய இரைவிலங்குகள் அங்கிருக்க வேண்டும். ஏனெனில் வேட்டை யாட உருவமைக்கப்பட்டிருக்கும் புலிக்குத் தேவையான ஆற்றல் அளிக்கக் கூடிய உணவு வேண்டுமே. சிறு பிராணிகளைத் தின்று அந்த ஆற்றலைப் பெற புலியால் இயலாது. எடுத்துக் காட்டாக, ஒரு 50 கிலோ எடையுள்ள மானை அடித்துக் கொன்று, புசித்தால் கிடைக்கும் சக்திக்குச் சமமான ஆற்றலைப் பெற, புலி 5000 தவளைகளை உண்ண வேண்டும். ஆகவே சிறு உயிரினங்கள் ஏராளமாக ஒரு காட்டில் இருந்தாலும், புலி வாழ்வதற்கு, பெரிய இரைவிலங்கு கிடைப்பதற்கு ஈடாகாது.

தான் உயிர் வாழ, புலி ஒன்று வாரா வாரம் மான் போன்ற இரைவிலங்கொன்றை அடித்து உண்ண வேண்டும். ஒன்றுக்கு மேற்பட்ட புலிகளிருந்தால், அவைகள் மான்களைத் தின்று அழித்துவிடாமல் இருக்க வேண்டும். இவ்வாறு மான்களை அறவே அழித்து விடாமல், எவ்வளவு மான்களைப் புலிகள் இரையாகக் கொள்ள முடியுமோ, அந்த அளவைப் பொறுத்ததுதான் ஒரு காட்டுப் பகுதியின் தாங்குதிறன். வேறு விதமாகச் சொல்ல வேண்டுமானால், வங்கியில் இருக்கும் முதலைத் தொடாமல், வட்டியை மட்டும் எடுத்துச் செலவு செய்வதுபோலத்தான் இதுவும்.

இத்தகைய அணுகுமுறை இயல்பாகவே புலிக்கு உண்டு என்பதை நாம் மனங்கொள்ள வேண்டும். மனிதரைப் போல பகுத்தறிந்து எடுத்த முடிவல்ல இது. இரைக்கொல்லிகளுக்கும் இரைவிலங்குகளுக்கும் இயற்கையில் இருக்கும் சமன்நிலை, பரிணாம ரீதியில் யுகயுகமாக உருவானது.

குளம்புக்காலிகள் ஆண்டுக்கு ஒன்று அல்லது இரண்டு குட்டிகளே ஈனும். கணக்கிட்டால் இரைவிலங்குகள் ஆண்டுக்கு 10 அல்லது 20 விழுக்காடுகள் எண்ணிக்கையில்தான் பெருகும். எனினும், நோய், வேட்டையாடிகள், மற்ற இரைக்கொல்லிகள் போன்ற காரணங்களால் புலிகளுக்குக் கிடைக்கும் இரை விலங்குகளின் எண்ணிக்கை குறைந்து விடுகிறது. சித்வான்,

கான்ஹா மற்றும் நாகரஹொளே சரணாலயங்களில் நடத்திய கள ஆய்வுப்படி, அங்குள்ள உயிரியத் தொகுதியில் 8 முதல் 10 விழுக்காட்டை புலி இரையாகக் கொள்கிறது. இம்மாதிரி யான பாதுகாக்கப்பட்ட காடுகளில் இரையை உண்ணுவதற்கு முன்னுரிமை புலிக்குத்தான். ஆகவே புலியின் அடர்த்தி, வேட்டைக்காரர்களும் நோயும் குறுக்கிடாமல் இருந்தால், அந்தக் காட்டின் தாங்குதிறனுக்குச் சமமாக அமையலாம்.

சுருங்கச் சொல்ல வேண்டுமானால், இரைவிலங்கில் 10 விழுக்காடு புலிகளுக்கு இரையாகிறது என்றால் ஆண்டிற்கு 50 இரைகளைக் கொன்று வாழும் ஒரு புலிக்கு அந்தக் காட்டில் ஐந்நூறு இரைவிலங்குகள் இருக்க வேண்டும். பொது வாகத் தென்னாசியக் காடுகளில் ஒரு சதுர கிலோ மீட்டரில் 50 விலங்குகள் இருக்கும். அதாவது ஒரு புலியைத் தாங்க 10 சதுர கிலோ மீட்டர் காடு தேவையாகிறது. ஒரு சதுர கிலோ மீட்டருக்கு 15 இரைவிலங்குகள் வாழும் காடாக இருப்பின் ஒரு புலியை மட்டும் தாங்க நூறு சதுர கிலோ மீட்டர் காடு தேவைப்படுகிறது.

இந்தியாவின் பல சரணாலயங்களில் புலி இருக்கும் அடர்த்தியை காமிராப் பொறி கொண்டும், இரைவிலங்குகளின் அடர்த்தியைக் காட்டின் குறுக்கும் நெடுக்குமாக நடந்தும் நான் கணித்தேன். இரைவிலங்குகளின் அடர்த்தி அதிகமாக உள்ள காடுகளில் (ஒரு சதுர கிலோ மீட்டரில் 60 முதல் 80 விலங்குகள் வரை) புலிகளின் அடர்த்தியும் நூறு சதுர கிலோ மீட்டருக்கு 8 முதல் 17 புலிகள் என இருந்தது. காசிரங்கா, கான்ஹா, ரான்தம்பூர், பந்திப்பூர் மற்றும் நாகரஹொளே போன்ற சரணலாயங்களில், சூழியல் காரணங்களாலோ அல்லது வேட்டைக்காரர்களாலோ இரை விலங்குகளின் எண்ணிக்கை குறைந்திருந்ததால், புலிகளின் அடர்த்தி விகிதாச்சாரமும், 100 சதுர கிலோமீட்டருக்கு 2 அல்லது 3 புலிகள் என குறைந்திருந்தது.

இங்கே ஒரு கேள்வி எழலாம். இரைவிலங்குகளை வேறு இடத்திலிருந்து கொண்டுவிடுவதன் மூலமோ அல்லது அந்த உறைவிடத்தை மேம்பாடு செய்வதன் மூலமோ இரைவிலங்கு களின் அடர்த்தி அதிகரித்தால் புலியின் எண்ணிக்கை உயருமா? உயராது. புலிகள் ஒரு சமூக அமைப்பின் அங்கமென முன்னமே பார்த்திருக்கிறோம். ஆகவே, இரைவிலங்குகள் நிறைந்திருந் தாலும், ஓரளவிற்கு மேல் புலிகளின் எண்ணிக்கை அதிகரிக்காது. அஸ்ஸாமிலுள்ள காசிரங்கா சரணாலயத்திலுள்ள புல்வெளிக் காடுகள் போன்ற செழுமையான உறைவிடங்களில், நூறு சதுர கிலோ மீட்டரில் 20 புலிகள் வாழக்கூடும். உலகிலேயே

அதிகமான புலிகளின் எண்ணிக்கை அடர்த்தி இதுதான் எனலாம்.

அடர்த்தி குறைவான சரணாலயங்களிலிருந்து தரவு நம்மிடமில்லை. தொலையுணர்வு உபகரணங்கள் மூலம் கண்காணித்து கிடைத்த கணிப்பின்படி, தூரக்கிழக்கு ரஷ்யாவில் நூறு சதுர கிலோ மீட்டருக்கு 0.5 முதல் 1 புலிவரைதான் இருக்க முடியும். இதுதான் மிகக் குறைவானதாக இருக்கலாம். இதற்கும் குறைவாக இருந்தால் புலிகள் ஒன்றுக்கொன்று தொடர்பு கொள்ள முடியாமலும், இனச்சேர்க்கையில் ஈடுபட முடியாமலும் போய்விடலாம். எனினும் வாழிடம் தேடி சுற்றியலையும் புலி இந்தப் பகுதியில் வந்து, இனவிருத்தி செய்யாமல் சில காலம் தங்கியிருக்கக்கூடும்.

புலிகளின் இனவிருத்தி

இரை நிறைந்த உறைவிடத்தில் வேங்கைகள் அதிகமிருப்பதற்கு ஒரு முக்கிய காரணம் பெண்புலிகளின் வாழ்விடம் அங்கு சிறியதாக இருப்பதுதான். ஒவ்வொரு சதுர கிலோ மீட்டரிலும் இரைவிலங்குகள் மிகுந்திருப்பதால் சிறிய வனப்பரப்பில் பெண்புலிகள், குட்டிகளை ஈன்று வளர்க்க முடிகிறது. வேறுவிதமாகச் சொல்ல வேண்டுமென்றால் இரை ஏராளமாகக் கிடைக்குமிடத்தில் நிறையப் பெண்புலிகள் வாழ முடியும். கான்ஹா, சித்வான் மற்றும் நாகரஹொளேயில் நடத்திய நீண்டகால ஆய்வு, சீரிய பாதுகாப்பினால் இரைவிலங்குகள் அதிகரிக்கும்போது அங்கு வாழும் பெண் புலிகள் தங்களது வாழிடத்தின் ஒரு பகுதியைத் தங்களது பெண்குட்டிகளுக்கு விட்டுக் கொடுக்கின்றன என்று காட்டுகிறது. இதனால் அந்த இடத்தில் இனப் பெருக்கம் செய்யும் புலிகளின் எண்ணிக்கை அதிகரிக்கிறது. ஆயினும் இந்த நிலையில் பெண்புலிகளின் எண்ணிக்கை அதிகரிப்பதற்கு ஒரு வரம்பு உண்டு. இரைவிலங்குகள் அதிகமிருக்கும் தென் ஆசியக் காடுகளிலும் கூட ஒரு பெண்புலியின் வாழிடம் 10 சதுர கிலோ மீட்டருக்கும் குறைவாகப் போவதில்லை. தூரக்கிழக்கு ரஷ்யாவில் ஒரு பெண்புலியின் வாழிடம் இருநூறு முதல் ஐந்நூறு சதுர கிலோ மீட்டர் வரை இருக்கலாம். உலர் காடுகள் கொண்ட பண்ணா சரணாலயத்தில் (மத்திய பிரதேசம்) இந்த வாழிடம் 30 முதல் 50 சதுர கிலோ மீட்டர்தான்.

இரை மிகுந்த உறைவிடங்களில் இடம் தேடி அலையும் புலிகளை நிறையக் காணலாம். இம்மாதிரியான உறைவிடங்களில் பிறக்கும் புலிக்குட்டிகளில் பெருவாரியானவை பிழைத்து முழு வளர்ச்சி அடையும். ஆகவே நன்கு பாதுகாக்கப் பட்ட, இரைவிலங்குகள் நிறைய சஞ்சரிக்கும் வனப்பகுதிகளில்

மற்ற இடங்களைப்போல் முப்பது மடங்கு புலிகள் இருக்கலாம். அதாவது சென்னை நகரப் பரப்புள்ள, வெப்ப மண்டல தென் ஆசியக் காடு ஒன்றில் 25 புலிகள் வாழ்கின்றன என்றால் ரஷ்யாவிலுள்ள ஊசியிலைக் காடுகளில் இத்தனை புலிகள் வாழ தமிழ்நாடு மாநில அளவு பரப்புள்ள காடு தேவை. எங்கு புலிகள் இவ்வாறு அடர்த்தியாக வாழ்கின்றனவோ அங்கு பெண்புலிகளும் அதிகமாக இருக்கும். அவை நிறைய குட்டிகள் ஈன்று அவைகளில் பெருவாரியானவை முழு வளர்ச்சியும் அடையும். இரை நிறைந்த உறைவிடத்தில் புலியின் இனப்பெருக்கமும் அதிகமாக இருக்கும்.

சித்வான் மற்றும் நாகரஹொளே சரணாலயங்களிலிருந்து கிடைத்த விவரப்படி, பெண்புலிகள் மூன்று அல்லது நான்கு வயதில், தமக்கென வாழிடங்களை ஏற்படுத்தி, இனவிருத்தி செய்ய ஆரம்பிக்கின்றன. ஈன்ற எல்லாக் குட்டிகளும் மடிந்து விட்டாலன்றி, இரண்டு ஆண்டுகளுக்குப் பெண்புலி கருத்தரிக்காது. ஒரு பெண்புலி, ஒரே வாழிடத்தில் ஆறு முதல் எட்டு ஆண்டுகள் வரை வாழும். அல்லது 10, 12 வயது ஆகும் வரை அங்கேயிருக்கும். இந்த ஆண்டுகளில் அப்புலி, மூன்று அல்லது நான்கு ஈற்றுகளை, அதாவது 12 குட்டிகளைப் பிரசவிக்கும். பந்தவ்கார் சரணாலயத்தில் 15 வயதுப் பெண்புலி ஒன்று வாழ்கிறது.

புலிகள் நெருக்கம் நிறைந்த பகுதியில், வாழிடப் பகுதிக்கு போட்டி அதிகமாக இருக்கும். அதற்கேற்ப பெண்புலிகள் ஒரே இடத்தில் தங்கும் காலமும் குறைவாக அமையும்.

இறப்பும் பிழைத்திருக்கும் விகிதமும்

ஒரு உறைவிடத்தில் குட்டிகள் அதிகமாகப் பிரசவிக்கப் பட்டால் அந்தப் பகுதி சீக்கிரமே நிறைவுற்ற அடர்த்தியை அடைந்து விடலாம். இயற்கையில் எல்லாப் புலிகளுமே முழு வளர்ச்சியடையும் வரை பிழைத்திருப்பதில்லை. முதல் வருடத்திலேயே குட்டிக்கு பல ஆபத்துக்கள் உண்டு. காட்டுத் தீ, வெள்ளம், நோய், மற்ற இரைக்கொல்லிகள், ஆண்புலிகளால் சிசுக்கொலை மற்றும் மனிதர்கள் என. இரை மிகுந்த உறைவிடங்களைத் தவிர, மற்ற இடங்களில் குட்டிகள் மடிவதற்கு முக்கியக் காரணம் பட்டினி. தாய்ப்புலி வேட்டையாடி இரையைக் கொண்டு வராததால் ஏற்படுவது. சித்வான் சரணாலயத்தில், தொலையுணர்வு உபகரணங்கள் மூலம் கண்காணிக்கப்பட்ட குட்டிகளில் 35 முதல் 45 விழுக்காடு மடிந்து போவது தெரிய வந்தது.

இரண்டாவது ஆண்டில் குட்டிகளுக்கு மற்ற இரைக்கொல்லிகளிடமிருந்தோ அல்லது பருவநிலையாலோ ஆபத்து குறைவு.

ஆயினும் உணவுத் தேவை அதிகரித்துவிடுவதால், பட்டினி அபாயம் தொடருகிறது. இரண்டாம் வருடத்தில் 10 முதல் 15 விழுக்காடு குட்டிகளே சாகின்றன.

இரண்டு வருடம் வரை வாழும் குட்டிகள், பிறப்பிடத்தை விட்டு வெளியேறி தங்களுக்கென வாழும் பகுதிகளைத் தேட ஆரம்பிக்கின்றன. இந்தக் காலகட்டம் அபாயம் நிறைந்தது தான். சொல்லப்போனால் புதிய இடம் தேடி சுற்றியலையும் புலிகளில், பெருவாரியானவை மடிந்து விடுகின்றன. கால் நடைகளை அடித்துவிடுவதால் அல்லது மக்கள் வாழும் பகுதி யருகே சென்றால் சில புலிகள் துப்பாக்கிக்கு இரையாகின்றன.

சுற்றியலையும் புலிகளிலும் ஆண்புலிகளே அதிகம் மடிகின்றன. பெண்புலிக்கு வாழிடத்தை வகுத்துக் கொள்வது எளிது. தனது வாழும் பகுதியிலிருந்து, சிறிது இடத்தை தன் பெண்புலிக்குட்டிக்கு, தாய் விட்டுக் கொடுக்கிறது என்று முன்பு பார்த்தோம். ஆனால் ஆண்குட்டிகள் தாமே இடம் தேடிப் பிடிக்க வேண்டும். அவை வெகுதூரம் அலைய வேண்டியிருப்பதால் அபாயங்களும் அதிகமாகின்றன. மனிதர் வசிக்கும் பகுதிகளருகில் சென்றால் கொல்லப்பட நேரலாம். இடம் தேடி அலையும் புலிகளில் வருடத்தில் 30 அல்லது 35 விழுக்காடு மடிகின்றன என்பது கணிப்பு.

புதிய வாழிடம் தேடும் புலிகள், ஏற்கனவே அங்கிருக்கும் புலிகளில் பலம் குறைவானவற்றை வென்றுதான் இடத்தைக் கைப்பற்ற வேண்டும். ஆகவே அவைகளில் சில புலிகளே இனவிருத்தி செய்ய முடிகின்றது. தோராயமாகச் சொல்லப் போனால், பிறக்கும் நூறு புலிக் குட்டிகளுள், இளம் வயதை அடையும் 60இல் 54 இடம் தேடும் பருவத்தை எட்டலாம். ஆனால் 20 மட்டுமே முழு வளர்ச்சியடைந்து இனவிருத்தி செய்யும் கட்டத்தையடையும்.

வாழிடத்தை ஏற்படுத்தி, குட்டிகளைப் பெற ஆரம்பிக்கும் பெண்புலிகள் 6 முதல் 8 வருடம் அங்கேயேயிருக்கும். ஆண்புலிகளுக்கிடையே கடும் போட்டி உள்ளதால் அவைகள் ஓரிடத்தில் 3 அல்லது 4 ஆண்டுகள் மட்டுமே வாழும். இனவிருத்தி செய்யும் புலிகளில், வருடத்திற்கு 5 விழுக்காடு பெண்புலிகளும் 15 விழுக்காடு ஆண்புலிகளும் மடிகின்றன.

உயிர்த்தொகை இயக்கவியல்

புலிகளின் எண்ணிக்கை, வயது, பாலியல் விகிதம், மடிதல் இவை பற்றிய ஆதாரப்பூர்வமான விவரங்கள் இருந்தால் கணிணி மென்பொருளைப் பயன்படுத்தி பல தகவல்களை அறியலாம். சித்வான் சரணாலயத்தில் ஸ்டீவ்

கென்னியும் அவரது சக ஆய்வாளர்களும் கணினி மூலம் அங்குள்ள புலிகளின் எண்ணிக்கை பற்றிய விவரங்களை அறிய முயன்றார்கள். நானும் ப்ராட் ஸ்டித்தும் வேறு ஆய்வு முறையின் மூலம் இருபத்திநான்கு பெண்புலிகளைக் கண்காணித்தோம். எங்கள் முறை வெவ்வேறாக இருந்தாலும் ஆய்வில் கண்ட முடிவு ஒன்றாகவே இருந்தது. ஒரு காட்டிலிருக்கும் புலிகள் எவ்வாறு இயங்குகின்றன என்பது பற்றிய அரிய விவரங்கள் இந்த ஆய்வின் மூலம் கிடைத்தன.

வளர்ந்த பின் புதிய இடம் தேடும் சில புலிகள் ஒரு குறிப்பிட்ட இடத்திற்குள் வருவதும், அந்த இடத்தில் வாழும் சில புலிகள் புதிய இடம் தேடி வெளியேறுவதும் புலிகளின் எண்ணிக்கையில் ஏற்ற இறக்கத்தை ஏற்படுத்தும் காரணிகள். இம்மாதிரியான பரிமாற்றம் நடக்கும் உயிர்த் தொகைகளைப் பெரும் உயிர்த்தொகை எனலாம். அவைகளை ஆய்வு செய்ய நுணுக்கமான முறைகள் தேவைப்படுகின்றன.

சில வனக்காப்பாளர்கள் மென்பொருள் மூலம் இம்மாதிரியான ஆய்வுகளைச் செய்வது மட்டும் போதாது என்கின்றனர். புலிகளின் எண்ணிக்கையைப் பாதிக்கும் மற்ற காரணிகளான வெள்ளம், காட்டுத்தீ, மரபணுச் சீரழிவு இவற்றைக் கணக்கிலெடுத்துக்கொள்ள வேண்டும் என்பது அவர்களது வாதம். மனிதரின் நடவடிக்கைகளான போர், சமூகவியல் ரீதியான கொந்தளிப்புகள் போன்றவற்றின் தாக்கங்களும் உண்டு. இதன் விளைவு என்னவென்றால் இத்தகைய சிக்கலான காரணிகளிருப்பதால், புலிகளின் எண்ணிக்கை வளருவது பற்றி உறுதியாக எதுவும் கூற இயலாது.

இதில் நாம் நினைவில்கொள்ள வேண்டியது என்னவென்றால் இம்மாதிரியான ஆய்வுகள், புலிகளின் உயிர்த்தொகையில் வரக்கூடிய மாறுதல்கள் பற்றி ஏதும் கூற முடியாது என்பதுதான். எந்தக் காரணிகள் முக்கியமானவை, என்னென்ன விதமான மாறுதல்கள் வரலாம் என இவை நமக்குக் கூறலாம். அவ்வளவே.

சித்வான் மற்றும் நாகரஹொளே சரணாலயங்களில் நடத்தப்பட்ட நீண்டகாலக் கள ஆய்வுகள், புலிகளின் எண்ணிக்கை செழுமையாக இருப்பதற்கான காரணங்களைப் புலப்படுத்துகின்றன. இவை பெண்புலிகளின் அடர்த்தி, நல்ல இனவிருத்தி விகிதம், இறப்பு விகிதம் மற்றும் சூழியலாளர் பால் எரிங்டன் சுட்டிக் காட்டிய மிதமிஞ்சிய எண்ணிக்கை, இவை முக்கியமானவை. இடம் தேடியலையும் புலிகளில் பலவும் மடியக்கூடும். ஆனால் இந்த விவரங்களின் முக்கியத்துவத்தை காட்டுயிர்ப் பாதுகாவலர்கள் உணர்ந்ததாகத் தெரியவில்லை.

புலிகளின் உயிர்த்தொகை மூலமும் அவை மடிந்தொழியும் நிலப்பரப்பும்

மேற்கூறிய கருதுகோள்கள் நன்கு பாதுகாக்கப்பட்ட, உறைவிடங்களில் நான் செய்த களஆய்வில் கண்டறியப்பட்டவை. எல்லாப் புலிச் சரணாலயங்களிலும் இம்மாதிரியான சீரான நிலை இருக்காது. பல இடங்களில் நிலைமை வெகுவாக மாறுபடுகின்றது. புலிகள் இறப்பது எல்லா வயதிலும் அதிக மாக இருக்கின்றது. மடியும் புலிகளின் எண்ணிக்கையை, பெண் புலிகள் ஈனும் குட்டிகளின் எண்ணிக்கை ஈடுகட்ட முடியாத நிலை ஏற்பட்டுவிட்டது. ஒவ்வொரு வருடமும் இடம் தேடி சுற்றியலையும் ஆண்புலிகள் எண்ணிக்கையும் குறைந்துவிட்டது. புலிகளின் உயிர்த்தொகை இறங்குமுகமாக ஆகியிருக்கலாம்.

தூரக்கிழக்கு ரஷியாவில் உள்ள ஊசியிலைக் காடுகளிலும், தெற்கு மற்றும் தென்கிழக்காசியாவிலுள்ள மழைக்காடுகளிலும், சுரபுன்னைக் காடுகளிலும், புலிகளைத் தாங்கும்திறன் வெகு வாகக் குறைந்து விட்டது. இரைவிலங்குகளான குளம்புக்காலி கள் குறைந்ததால் புலிகளின் எண்ணிக்கையும் வீழ்ந்து விட்டது. இடம் தேடியலையும் புலிகளும் அரிதாகிவிட்டன. இலையுதிர் காடுகளிலும் மற்றும் புல்வெளிப்பிரதேசங்களிலும் மனிதரின் ஊடுறுவலால், புலி வெகுவாகக் குறைந்துவிட்டது.

புலியின் உறைவிடத்தில் மனிதர் ஊடுருவல் பல விதங் களில் ஏற்படுகிறது. குளம்பிகளை வேட்டையாடுதல், கால் நடைகளை மேயவிடுதல், வெட்டு மரத்தொழில், மலைபடு திரவியங்களைச் சேகரித்தல் போன்ற செயல்பாடுகளும், சாலைகள், அணைகள், கனிமச் சுரங்கங்கள் போன்ற திட்டங் களும், புலிகளின் உறைவிடத்தைத் துண்டாடிச் சீரழிக்கின்றன. இன்று புலிகள் வாழும் பெருவாரியான உறைவிடங்களில் இந்தப் பிரச்சனைகளைப் புலிகள் எதிர்கொள்ள வேண்டி யிருக்கிறது.

இன்று சீராகப் பராமரிக்கப்படும் சில உறைவிடங்களில் மட்டுமே, உயிர்த்தொகையை உயர்த்த தேவையான புலிகள் உள்ளன. இந்த உறைவிடங்களே புலிகள் பிறந்து, உருவாகக் கூடிய வாழிடங்கள். ஆசியாவிலுள்ள மற்றெந்த காட்டுப் பகுதிக்குள் சென்றாலும் புலிகள் மறைந்தொழிய நேரிடும். ஆகவே, நன்கு பாதுகாக்கப்பட்ட உறைவிடங்களில் வாழும் மூலதனப் புலிகளிடமிருந்துதான் வருங்காலப் புலியின் சந்ததி கள் உருவாக வேண்டிய நிலை உள்ளது.

காட்டினூடே சென்று இரை விலங்குகளைக் கணிப்புக்குழு கணக்கெடுக் கின்றது. © மாயா ராமசாமி.

பின்வாங்கும் வேங்கை

பெருகும் பண்ணைகளும் சுருங்கும் காடுகளும்

பெரிய குளம்பிகளை வேட்டையாடி, மறைந்திருந்து தாக்கி புலிகள் ஆயிரமாயிரம் ஆண்டுகளாக வாழ்ந்திருக்கின்றன. ஒரு புலி பிழைத்திருக்க சராசரி ஒரு ஆண்டுக்கு 50 இரை விலங்குகளைக் கொன்றாக வேண்டும். குட்டி போட்ட பெண் புலியாக இருந்தால் 70 இரைவிலங்குகளை அடித்தாக வேண்டும். இதன் மற்றொரு விளைவு மனிதரும் கால்நடையும் கூட புலிக்கு இரையாகக்கூடும். பிரச்சனை உருவானது இதனால்தான். இந்த இயலில் மனிதர் – புலி எதிர் கொள்ளல் எப்படிப் பல நூற்றாண்டுகளாகத் தொடர்கிறது என்பது பற்றிப் பார்க்கலாம்.

கடந்த சில நூற்றாண்டுகளில் ஆசியாவில் மக்கட்தொகை வெகுவேகமாகப் பெருகிவிட்டது. இங்கு பெரும்பாலானோர் விவசாயிகள் அல்லது கால்நடை வளர்ப்பவர்கள். 80 முதல் 90 விழுக்காடு ஆசியர்கள் நிலம் சார்ந்த வாழ்க்கையைக் கொண்டிருந்தார்கள் என்பது வரலாறு. இன்றளவும், தொழிற் சாலைகள் நிறைந்த மாநகரங்களுக்கருகில் வாழும் பெருவாரி யான மக்கள், கிராமவாசிகள்தான். இவர்களின் மக்கட் தொகை வெகுவாக உயர்ந்து விட்டதால், பண்ணை நிலங்கள் தேவைப்படுகின்றன. இவர்களின் உணவு உற்பத்திக்காக – நெல், கோதுமை, சோளம் மற்றும் வள்ளிக்கிழங்கு பயிரிட – புலி வாழும் காடுகள் அழிக்கப்பட்டுவிட்டன.

பண்டைக் காலத்தில், காட்டின் ஒரு பகுதியைத் திருத்திப் பயிரிட்டால், அறுவடைக்குப்பின் மறுபடியும் காடு உயிர்பெற்று வளரும்வரை, அந்நிலப் பகுதி, பயன்படுத்தப்படாது. தரிசாகவே விடப்படும். இந்த 'புனல்காடு விவசாயமுறை' (Slash-and-burn Agriculture) புலிகளுக்குச் சாதகமாக இருந்திருக்கலாம்.

இலை, வேர், பட்டை, கோந்து, கொட்டை, பூ போன்ற சிறு பொருட்களைக் கூட மிதமிஞ்சிச் சேகரித்தால், புலியின் உறைவிடமான காடு சீரழிய நேரிடலாம். © பாலச்சந்திர ஹெக்டே

மழைக்காடுகள் சாகுபடிக்காக அழிக்கப்பட்டபின், புதர்ச் செடிகள் முளைத்து இவை புலிக்கு இரையாகும் குளம்பிகளுக்கு தீனி கிடைக்கும் இடமாக மாற வாய்ப்புண்டு.

ஆனால், மனிதர் ஓரிடத்தில் தங்கி பயிர்ச்சாகுபடி செய்ய ஆரம்பித்தபின், புலியின் உறைவிடங்களில் பெரும் பகுதி மனிதர் வாழ்விடங்களாக மாறியது.

பெருகிவரும் கிராமப்புற மக்கட் தொகைக்கு தேவையான சாகுபடிக்கு காடுகள் திருத்தப்பட்டு விளைநிலங்களாக மாற்றப்பட்டபின், காடுகளின் பரப்பு குறைய ஆரம்பித்தது. வேறு சில சமூகரீதியான நிர்ப்பந்தங்களும் இருந்தன. தொழில் சார்ந்த துறைகள் வேகமாக வளராத நிலையில், நிலம் சார்ந்த பணிகளையே மக்கள் நம்பியதால், காடுகள் மீதான தாக்குதல் தொடர்ந்தது. அரசியல் ரீதியாகப் பார்த்தால், விளை நிலங்களை நிலமற்ற விவசாயிகளுக்கு சமதர்ம அடிப்படையில் பகிர்ந்தளிக்க நாம் தவறிவிட்டதால், வேளாண்மையே முக்கிய தொழிலானது. திட்டமிட்ட வேளாண்மை மேம்பாட்டு செயல் திட்டங்கள், மக்களை நாட்டின் ஓரிடத்திலிருந்து வேறோர் பகுதிக்கு இடம் பெயரச் செய்ததால், சாகுபடிக்கு புதிய இடங் கள் தெரிந்தெடுக்கப்பட்டு, உறைவிடங்கள் மேலும் தாக்குதலுக் குள்ளாயின. இந்தோனேஷியாவில், புலம்பெயர்தல் திட்டம் (டிரான்ஸ்மைக்ரேஷன்) மூலம் மக்களை ஜாவாவிலிருந்து சுமத்திராவிற்கு குடிபெயரவைத்தது இதற்கு ஓர் எடுத்துக்காட்டு.

மருத்துவத்தில் ஏற்பட்டிருக்கும் மேம்பாடு கூட ஒரு விதத்தில் புலிக்குப் பாதகமாகிவிட்டது. மலேரியா போன்ற நோய்கள் குடிகொண்டிருந்த இமயமலை அடிவாரம், மேற்கு தொடர்ச்சி மலை போன்ற புலி உறைவிடங்களுள்ள பிரதேசங் களில் மனிதர் புகுந்து வேளாண்மை செய்யத் துணிந்தனர். தேக்கு மற்றும் காபி, தேயிலை, ரப்பர், எண்ணெய் பனை போன்ற வணிகப் பொருட்களை நாடி பெரும் வர்த்தக நிறுவனங்கள் வேளாண்மை மூலம் காட்டிற்குள் நுழைந்தன. அங்கு சிறுகுடிலில் வாழ்ந்திருந்த மனிதர் இடத்தில் இந்த நிறுவனங்கள் நிலைகொண்டு, புலியின் வாழிடத்தை மேலும் மேலும் ஆக்ரமித்தன. மொத்தமாகப் பார்க்கப்போனால் வேளாண்மையின் பரவுதல்தான் புலியின் வாழிடம் சுருங்கி மறைவதற்கு ஒரு பிரதான காரணம்.

கால்நடை வளர்ப்பின் தாக்கம்

ஆசியாவின் பெரும்பாலான நாடுகளில் வேளாண்மையும் கால்நடை வளர்ப்பும் ஒன்றிலிருந்து ஒன்று பிரிக்கமுடியாத செயல்பாடுகளாகயிருக்கின்றன. மாடுகள், எருமைகள் மற்றும்

குதிரைகள் உழவுக்குப் பயன்படுத்தப்படுகின்றன. பாலுக்காகவும் இறைச்சிக்காகவும் வளர்க்கப்படும் கால்நடைகள் காட்டிலே மேய்கின்றன. மாட்டின் சாணம் தென்னாசியாவில் நிலத்திற்கு உரமாகப் பயன்படுத்தப்படுகிறது. உழவுக்குப் பயன்படுத்தப் படும் கால்நடைகளை விட உரத்திற்கென வளர்க்கப்படும் கால்நடைகளின் எண்ணிக்கை மிகுதி. வேளாண்மை பெருகப் பெருக கால்நடைகளும் அவை சார்ந்த செயல்பாடுகளும் பெருகின.

புலியின் இரை விலங்குகளான மான், காட்டெருது, காட்டுப் பன்றிகளுடன், கால்நடைகளான மாடு, எருமை, குதிரை, கழுதை, ஆடு, பன்றிகள் காட்டிலுள்ள தாவர இரைக்காகப் போட்டி போடுகின்றன. கால்நடைகள், காட்டுத் தாவரங்களைத் தின்று தீர்த்து, குளம்பிகளுக்கு தீனியே இல்லாமல் செய்து விடுகின்றன. கால்நடைகளின் ஊடுருவல் இல்லாமலிருந்தால் தான் காட்டில் குளம்பிகள் அடர்த்தியாக வாழ முடியும். வெவ்வேறு பருவ காலங்களில் வளரும் பலவித தாவரங்களைத் தேர்ந்தெடுத்து, ஒன்றின் உணவை மற்றொன்று அழிக்காமல், ஒத்திசைவுடன் வாழ காட்டுக் குளம்பிகள் பரிணாம வளர்ச்சி யால் தகவமைக்கப்பட்டிருக்கின்றன. அதாவது ஒரு குளம்பி விரும்பியுண்ணும் தாவரத்தை மற்ற விலங்குகள் உண்ணாது. இத்தகைய தகவமைப்பு, பலவித குளம்பிகளும் ஒரே காட்டில் நெருக்கமாக வாழ வழி செய்கிறது. இதனால் காடு சீரழிந்து போவதில்லை. ஆனால் கால்நடைகள் இம்மாதிரி இரைகளைத் தேர்ந்தெடுத்து உண்பதில்லை. ஆகவே அவைகளின் மேய்ச்ச லால் காடு சீக்கிரமே சிதைவுண்டு போகிறது. தென்னாசியா வில் பல இடங்களில் இத்தகைய கட்டுப்பாடற்ற மேய்ச்சலால் தாவரங்கள் அழிந்து, மேய்ப்பவர்கள் மரங்களின் மீதேறி, கிளைகளை வெட்டி கால்நடைகளுக்குத் தீனியாகப் போடு வதைக் காணலாம். அதுமட்டுமல்ல. கால்நடைகள் கூட்டம் கூட்டமாக நடப்பதால் காட்டின் தரை இறுகிப் போய் நிலத்தின் செழுமையும் உற்பத்தித் திறனும் குறைகிறது. இந்நிலை தொடர்வதால் கால்நடைகள் மேயும் காடுகளில் வேறு குளம்பிகள் வசிக்க முடியாத நிலை ஏற்படுகிறது. விளைவு? அங்கு புலிகளும் வாழ முடியாது.

சில சமயங்களில் கால்நடைகள் மூலம் காட்டிலுள்ள குளம்பிகளுக்கு நோய்கள் பரவுகின்றன. எடுத்துக்காட்டாக 1960களில் தென்னிந்திய காடுகளில், கால்நடைகள் மூலம் தொற்றிய கோமாரி நோயால் நூற்றுக் கணக்கான காட்டெருது கள் மடிந்தன. கால்நடைகள் தங்கள் வாழிடத்திற்குள் நுழைந் தால் புலிகள் அவைகளைக் கொன்றுவிடும்.

காட்டில் இரைவிலங்கு இருந்தாலும் ஒரு புலிக்கு, எதிர்ப்பு சக்தி இல்லாத கால்நடையைக் கொல்வது மிக எளிதான வேலை. அது மட்டுமல்ல காட்டுவிலங்குகள் அரிதாகி விடும்போது புலிகள் வீட்டு விலங்குகளை நாட ஆரம்பிக் கின்றன. இதனால் புலிக்கும் விவசாயிகளுக்கும் மோதல் ஏற்பட்டு அவர்கள் புலியைத் தீர்த்துக் கட்ட முற்படுகிறார்கள்.

மலைபடு திரவியங்கள்

புலி வாழும் காட்டில் மனிதனுக்குத் தேவையான, விற்பனை யாகக்கூடிய பொருட்கள் பல உண்டு. உலகெங்கும் காடுகள் அழிக்கப்பட்டுவிட்டதால், அரிதாகி எஞ்சியிருக்கும் சிறு சிறு காட்டுப் பகுதியில் உள்ள பொருட்களின் விலை உயர்ந்துவிட்டது.

இதற்கு நல்ல எடுத்துக்காட்டு வெட்டுமரங்கள். குளிர் காட்டில் இருக்கும் ஒக் மற்றும் பைன் மரங்கள், மழைக்காடு களில் இருக்கும் மரங்கள், இலையுதிர்க் காடுகளில் இருக்கும் தேக்கு இவை யாவும் கட்டிடம் கட்டும் தொழிலுக்குப் பயன்படுகின்றன. அழகுப் பொருள்கள் செய்வதிலும் நறுமண தைலங்கள் தயாரிப்பதிலும் பயன்படுத்தப்படும் மரங்களும் மிக விலையுயர்ந்தவை. ஆகவே வெட்டுமரத் தொழிலில் ஈடுபடுவோரும் கிராமப்புறத்திலிருப்போரும் புலி வாழும் இடத்தில் செயல்படுகிறார்கள்.

தெற்கு, மேற்கு மற்றும் மத்திய ஆசியாவில் நீண்டுயர்ந்த மரங்கள் விறகுக்காகவும் கூரை வீடுகளுக்காகவும் வெட்டப்படு வதால் அழிக்கப்படுகின்றன. நேபாளத்திலும் இந்தியாவிலும் விறகுக்காகக் காடுகளிலிருக்கும் மரங்களை வெட்டுவது காடு களின் அழிவிற்கு அடிகோலுகிறது. சந்தையில் விறகுக்கு விலை கூடிவிட்டதால் காட்டிலிருக்கும் மரத்தை வெட்டுவது கிராமப் புற மக்களுக்கு எளிதாகப் பொருளீட்டும் வழியாகப்படுகிறது.

இதே போல தென்னாசியாவில் மூங்கில், பிரம்பு மற்றும் கூரைப்புல் இவைகளைச் சேகரிப்பதால் காடு சீரழிகிறது. மேற் கூறிய தாவரங்கள் புலியின் இரைவிலங்குகளுக்குத் தீனியாக மட்டுமல்ல புலிகளுக்கு மறைவிடங்களாகவும் பயன்படுகின்றன. இத்தகைய காட்டை அழிப்பது புலியின் வாழ்வுக்கு ஒரு பேரிழப்பாகிறது. மனிதர்களும் புலியின் வாழ்விடத்திலிருந்து பல பொருட்களைச் சேகரிக்கிறார்கள். அவற்றைப் பட்டியல் போட்டுத் தருவது சிரமமானதால் சில எடுத்துக்காட்டுகளை மட்டும் தருகிறேன். ஜின்செங் மற்றும் அதுபோன்ற வேர்கள், இலைகள், பூக்கள், பழங்கள், கொட்டைகள், கோந்து மற்றும் பல மரங்களின் பட்டைகள் எடுக்கப்படுகின்றன. இத்தகைய மலைபடு பொருட்கள் நகர்ப்புறத்திலிருக்கும் தொழிற்சாலை களில் மருந்துகள், பதப்படுத்தப்பட்ட உணவு, நறுமணத்

தைலம் மற்றும் வேதியியல் தயாரிப்புகள் இவற்றிற்கு மூலப் பொருளாகப் பயன்படுத்தப்படுகின்றன.

இத்தகைய சிறு பொருட்களைக் காட்டிலிருந்து எடுப்பதால் ஏற்படும் புலியின் இரைவிலங்குகள் மீதான பாதிப்பு உடனேயே புலப்படாது. (ஆனால் குரங்குகள் மற்றும் பழம் சாப்பிடும் பறவைகள் மீதான பாதிப்பு உடனுக்குடன் தெரியும்.) தாவரங்களுக்கும் விலங்குகளுக்கும் உள்ள நுண்ணிய இணைப்புகளை நாம் இன்னும் முழுமையாகப் புரிந்துகொள்ளவில்லை. ஆகவே காட்டின் பொருட்களைச் சேகரிப்பதால் உண்டாகும் நீண்டகால பாதிப்புகளைப்பற்றி நமக்கு ஒன்றுமே தெரியாது.

ஒன்று மட்டும் நிச்சயமாகத் தெரியும். காட்டுப் பொருட்களை சேகரிப்பதற்காகப் போடப்படும் பாதைகளும், அதைப் பயன்படுத்தி காட்டிற்குள் செல்லும் மக்களும், புலியின் உறைவிடத்தைச் சிதைக்கிறார்கள். அங்கிருக்கும் குளம்பிகளை வேட்டையாடுகிறார்கள். சில சமயம் புலிகளைக் கொல்வதும் உண்டு. அங்கேயே தங்கி பயிர் சாகுபடி செய்து கால்நடைகளை வளர்ப்போரும் உண்டு. ஆகவே காட்டுப் பொருட்களைச் சேகரிப்பது என்று ஆரம்பித்தால், புதுச் சாலைகள், மனிதக் குடியேற்றம் என்று ஊடுருவல் நீள்கிறது. ஆனால் இதில் எல்லாவற்றிலும் கொடியது உலகச் சந்தையின் நீள்கரம் புலியின் உறைவிடத்திற்குள் எட்டியிருப்பதுதான்.

காட்டுத் தீயின் பாதிப்பு

வறண்ட ஆசியக்காடுகளிலுள்ள புலி உறைவிடங்கள் எதிர் கொள்ளும் ஒரு ஆபத்து தீ. கிராம மக்கள் பல காரணங்களுக்காக காட்டுக்கு நெருப்பு வைத்து விடுகிறார்கள். மேய்ச்சலுக்கு வேண்டிய புல்லை வளர்க்க, காட்டுப் பொருட்களைத் தேடும் பணியை எளிதாக்க, காட்டு யானைகளிடமிருந்து பாதுகாத்துக் கொள்ள என்று தீ வைக்கிறார்கள். சில சமயம் இது விபத்தாக இருக்கலாம் அல்லது அதிகாரிகளுக்கு எதிர்ப்பைக் காட்டவும் நெருப்பைப் பயன்படுத்தியிருக்கலாம். என்றாவது ஒருநாள் ஏற்படும் காட்டுத்தீயால் பாதிப்பு அதிகமிருக்காது. ஆனால் வேண்டுமென்றே, புலி உறைவிடத்தில் மூட்டப்படும் தீயின் விளைவு அதிகம். மேற்கு மற்றும் மத்திய ஆசியாவில் நூறாண்டு களுக்கு முன் கூட புலிகளின் இருப்பிடங்கள் மூட்டப்பட்ட காட்டுத் தீயால் அழிக்கப்பட்டதை வி.ஜி. ஹெப்னர் பதிவு செய்திருக்கிறார்.

வளர்ச்சித் திட்டங்கள்

இன்று புலிகளுள்ள பதிமூன்று நாடுகளும், ஐம்பது ஆண்டுகளுக்கு முன் காலனி ஆதிக்கத்திலோ அல்லது

மன்னர் ஆட்சியிலோ இருந்தன. தொழில் வளர்ச்சிக்கோ அல்லது பொருளாதார மேம்பாட்டிற்கோ உந்துதல் ஒன்றும் அங்கே இருந்ததில்லை. ஆனால் விடுதலை இயக்கங்கள் மூண்டு, இந்நாடுகளில் மக்களாட்சி மலர்ந்த பின்னர் மாற்றங்கள் ஏற்பட ஆரம்பித்தன. கடந்த ஐம்பது ஆண்டுகளில் இந்நாடுகளில் தன்னாட்சி நிறுவப்பட்டு அவை பொருளாதார, கலாசார மேம்பாட்டைக் குறிக்கோளாகக் கொண்டு செயல் பட்டு வருகின்றன. விவசாயம் மற்றும் சமுதாய முன்னேற்றம் ஆகியவற்றிற்கான திட்டங்கள் தீட்டப்பட்டன.

புதிய சாலைகளும், ரயில்பாதைகளும், நீர்வழிப் போக்கு வரத்தும், முன்பு யாரும் சென்றறியாத புலிகளின் வசிப்பிட மான காடுகளின் ஏகாந்தத்தைக் குலைத்தன. கட்டுக்குலை யாமலிருந்த கானகங்கள், பாசனம் மற்றும் மின் உற்பத்தி என பல ராட்சதத் திட்டங்களால் சீரழிக்கப்பட்டன. இதிலும் அணைத் திட்டங்களும், கனிமச் சுரங்கங்களும் புலிகளின் வாழிடத்திலிருந்து பெரும் பகுதிகளைப் பிடுங்கியெடுத்துக் கொண்டன.

இத்தகைய மேம்பாட்டுத் திட்டங்கள் புலிகளுக்குப் பேரிழப்பை ஏற்படுத்துகின்றன. பெரிய அணைகள் புலியின் வசிப்பிடத்தை நீரில் மூழ்கடிக்கின்றன. திறந்த சுரங்கம், மண் அரிப்பை ஏற்படுத்தி நதிகளின் படுகையை வண்டலால் நிரப்பிவிடுகின்றது. தொழிற்சாலைகள் நச்சுக்கழிவை சுற்றுப் புறத்தில் கலக்கின்றன. இதனால் புலி வாழும் சூழலமைப்பின் சமன்நிலை பாதிக்கப்பட்டு நீண்ட கால தீய விளைவுகள் ஏற்பட்டன.

இத்தகைய மேம்பாட்டுத் திட்டங்களால் சிதைவுற்றுப் போன புலியின் வாழிடப் பரப்பு, பயிர்சாகுபடிக்காக அழிக்கப் பட்ட காடுகளின் பரப்பைவிடக் குறைந்ததுதான். என்றாலும் அழிந்து போனபகுதி சீரிய வாழிடம். இதையெல்லாம் விடக் கொடிய தீய விளைவு என்னவென்றால் புலியின் உறைவிடம் இத்திட்டப்பணிகளால் துண்டாடப்பட்டதுதான். புதிதாக ஏற்பட்ட மனிதக் குடியிருப்புகளால் காட்டுத் தொடர் கள் துண்டிக்கப்பட்டு அங்கு வாழும் புலிகள் ஒன்றுக் கொன்று தொடர்புகொள்ள முடியாமல் சிதைக்கப்பட்டன.

மேம்பாட்டுத் திட்டங்கள், அதிலும் சாலைகள், குடி யேற்றங்களை ஏற்படுத்துகின்றன. புதிய தொழில்நுட்பங்கள் புலியின் வாழிடத்தில் நிலைபெறுகின்றன. சாலைகளும் ரயில் பாதைகளும் காட்டுயிர் சார்ந்த வணிகப் பொருட்களைத் துரிதமாக வெளியேற்ற வழிசெய்கின்றன.

வேட்டையும் கள்ள வேட்டையும்

புலியை பல காரணங்களுக்காக மனிதர் வேட்டையாடி யிருக்கிறார்கள், முக்கியமாக கால்நடைகளைப் பாதுகாக்க. சில சமயங்களில் மனிதர்களைக் காப்பாற்ற. கடந்த இரண்டு நூற்றாண்டுகளாக மேற்கூறிய இரு நோக்கங்களுடன்தான் புலி கள் வேட்டையாடப்பட்டன. எல்லாக் கலாசாரங்களிலும் ஒரு வீர விளையாட்டாகவும் புலியை வேட்டையாடியிருக்கிறார்கள். வேறு ஒரு வணிக நோக்கும் இருந்தது. தோல், நகங்கள், பற்கள் இவைகளுக்காகப் புலிகள் கொல்லப்பட்டன. புலியின் மற்ற உடற்பாகங்களைக் கீழை நாடுகளின் பாரம்பரிய மருந்து தயாரிப் பதில் பயன்படுத்துவதற்காகவும் புலிகள் கொல்லப்பட்டன.

ஆசிய நாடுகளின் பழங்குடியினர் புலிகளை நூற்றாண்டு களாக வேட்டையாடியிருக்கின்றனர். துப்பாக்கி புழக்கத்திற்கு வருமுன்னரே, தங்களது பட்டறிவின் மூலம் புலியின் பழக்கங் கள் பற்றி அறிந்திருந்ததைப் பயன்படுத்தி வேங்கைகளை வேட்டையாடினர். கூட்டாக வேட்டையாடுவது ஒரு முறை. எடுத்துக்காட்டாக, கர்நாடகத்திலுள்ள உப்பலிகா எனும் மக்கள் புலிகளை விரட்டி, வலைக்குள் சிக்கவைத்தபின், ஈட்டியால் குத்திக் கொல்வதுண்டு.

குழிபறித்து, அதில் கூரிய முனைகளுடைய கம்புகளை நட்டு, அருகில் ஒரு மாட்டைக் கட்டிவைப்பர். கட்டப்பட்டிருக் கும் மாட்டால் ஈர்க்கப்படும் புலி அதனருகில் செல்லும்போது இக்குழியில் விழுந்து சாகும். வட இந்தியாவிலுள்ள பாக்மாரி எனும் பழங்குடியினர் வில்லும் அம்பும் கொண்ட ஒரு கண்ணிப்பொறியால் புலியைக் கொல்கின்றனர். கொரியாவிலும் ரஷ்யாவிலும் வேட்டைக்காரர்கள் வில்லும் அம்பும் தாங்கி, குதிரை மீதேறிப் புலியை விரட்டிக் கொன்றனர். புலி இருக்கும் இடத்தைக் கண்டுபிடிக்க நாய்களைப் பயன்படுத்தினார்கள்.

ஆசியாவில் பல பழங்குடி மக்கள் கண்ணிகளையும் பொறிகளையும் வைத்து பெரிய குளம்பிகளைப் பிடித்தனர். இந்தப் பொறிகளில் சில புலிகளும் சிக்கி மடிவதுண்டு. உயிருள்ள ஒரு ஆட்டையோ மாட்டையோ கட்டி, மரத்தா லான பொறிகளில் புலியைச் சிக்க வைத்துப்பின் எளிதாக அதைக் கொன்றுவிடுவார்கள். இமயமலையின் அடிவாரத்தில், பெரும்புற்கள் நிறைந்த பகுதியில் புலிக்குட்டிகளை அழிக்க அவை மறைந்து வாழும் பகுதிகளுக்குத் தீ வைத்து விடுவார்கள். இதில் நாம் நினைவில் கொள்ள வேண்டியது என்னவென் றால் ஒரு புலியை அழிப்பதற்கு அதைக் காயப்படுத்திவிட் டால் போதும். புண்ணில் புறையோடுவதாலும் பட்டினி யாலும் புலி செத்துவிடும்.

ஆசிய வேட்டையாடிகள், மேலை நாடுகளிலிருந்து கொண்டு வரப்பட்ட துப்பாக்கியைக் கையிலெடுப்பதற்கு முன்னரே பல்லாயிரக்கணக்கான புலிகளை மேற்கூறிய முறைகளில் அழித்தனர். அவ்வாறு வேட்டையாடும் போது பல மனிதர்களும் மரணம் அடைந்தனர் என்பதிலும் சந்தேக மில்லை. புலி வேட்டை என்பது ஆபத்து நிறைந்த செயல்பாடு தான். ஆசியாவின் எல்லாக் கலாச்சாரத்திலும் அதில் வெற்றி பெற்றவன் ஒரு வீரனாகப் போற்றப்பட்டான். அனைத்து நாடுகளிலும் இவை துன்புறுத்திக் கொல்லப்பட்டா லும் புலி தன் தகவமைப்புத் திறனாலும் சீரிய முறையில் இனப்பெருக்கம் செய்வதாலும் பிழைத்திருக்கிறது.

எஃகுத் தகடுகள் புழக்கத்திற்கு வந்த பின்பு, கம்பிகளும் விற்சுருட்களும் வர ஆரம்பித்த பிறகு, புலிகளுக்கு நெருக்கடி ஆரம்பித்தது. எளிதாக வளைக்கக்கூடிய எஃகு தயாரிக்கப் பட்ட பின், புலியையும் இழுத்து நிறுத்தக் கூடிய பொறிகளும், கண்ணிகளும் உருவாக்கப்பட்டன. இவை புலி நடமாடும் பாதையில் வைக்கப்பட்டு, பின்னர் புலி அதில் சிக்கியவுடன் அதை ஈட்டியாலோ அல்லது துப்பாக்கியாலோ கொன்று தீர்த்தனர். தொழில்முறை வேட்டைக்காரரின் பணி எளிதாக்கப் பட்டது. பொறிகளை ஒரு உகந்த இடத்தில் வைத்துவிட்டு, அதில் புலி விழும் வரை வீட்டில் காத்திருக்க வேண்டியதுதான்.

இந்த மரணப் போராட்டத்தில், மனிதனின் கை ஓங்கத் தொடங்கியது துப்பாக்கி தோன்றிய பிறகுதான். அது வரை தீரம் மிக்கவர்கள், சாவுக்கு அஞ்சாதவர்கள் மட்டுமே புலி வேட்டையாடினர். ஆனால் துப்பாக்கி தோன்றிய பின்னர், யார் வேண்டுமானாலும் புலியை எளிதாகச் சுட்டுக்கொன்று விட ஏதுவாயிற்று. இந்தியர்களுக்கும், ஆங்கிலேயர்களுக்கும், குறுநில மன்னர்களுக்கும், மக்களுக்கும் புலிவேட்டை ஒரு பிடித்த பொழுதுபோக்காக உருவானது. பண்டைய புலிவேட்டை முறைகளான குழிப்பொறி, கண்ணி, வலை வைத்துப் பிடித்தல் மற்றும் வேட்டை நாய்களுடன் துரத்துவது இந்த உத்தி களுடன், துப்பாக்கியையும் சேர்த்துக் கொண்டது, புலிக்கு ஆபத்தைக் கூட்டியது. புலியை இந்த உத்திகளில் ஏதாவது ஒன்றின் மூலம் மடக்கிவிட்டால் போதும், இலகுவாகச் சுட்டுக் கொன்றுவிடலாம்.

யானை மீதமர்ந்து புலியைத் தேடிப் போவது போன்ற மற்ற பாரம்பரிய முறைகளுடன் துப்பாக்கியையும் சேர்த்து பயன்படுத்த முடிந்தது. செல்வம் மிகுந்த அரசர்கள் யானை மீதேறி புலியைத் துரத்தியடித்து வேட்டையாடினார்கள். புலி கொன்று விட்டுச்சென்ற இரைவிலங்கின் அருகேயோ

அல்லது உயிருள்ள ஆட்டையோ மாட்டையோ இரையாகக் கட்டிவைத்தோ புலியை ஈர்த்து, எளிதாகச் சுட்டுக்கொன்றனர்.

இதன் விளைவாக, பலவிதமான வேட்டைக்காரர்கள், 19 மற்றும் 20 ஆம் நூற்றாண்டில் ஏராளமான வேங்கைகளைச் சுட்டழித்தனர். இந்த ஈவு இரக்கமற்ற வேட்டையாடிகள் மேட்டுக்குடியைச் சார்ந்தவர்களே. பின்வரும் எடுத்துக்காட்டு களைப் பாருங்களேன். 1863–64ல் கார்டன் கம்மிங்ஸ் மத்திய இந்தியாவிலுள்ள ஒரு மாவட்டத்தில் 73 புலிகளைச் சுட்டுக் கொன்றார். 1911–12ல் ஐந்தாம் ஜார்ஜ் மன்னரும், அவருடன் கூடச் சென்றவர்களும் நேபாளத்தில் 11 நாட்களில் 39 புலிகளைத் தீர்த்துக் கட்டினர். நேபாளத்து அரசரும் அவரது விருந்தாளி களும் 1933–1940ல் மொத்தம் நானூற்று முப்பத்தி மூன்று வேங்கைகளை வேட்டையாடினர். கர்னல் நைட்டிங்கேல் தென்னிந்தியாவில் முந்நூறு புலிகளைக் கொன்றார். உதய்ப்பூர் மஹாராஜாவும், சர்குஜா மஹாராஜாவும் சேர்ந்து ஆயிரம் புலிகளைக் கொன்று குவித்தனர். இதைத் தவிர மற்ற பல வேட்டையாடிகளும் ஏராளமான வேங்கைகளை வேட்டையின் பெயரால் அழித்தனர். வரலாற்றாசிரியர் மகேஷ் ரங்கராஜன் கூற்றுப்படி 1895 முதல் 1925 வரையிலான காலத்தில் எண்ப தாயிரத்திற்கு மேற்பட்ட வேங்கைகள் வேட்டையில் கொல்லப் பட்டன.

இரண்டாம் உலகப்போர் முடிந்தபின் புழக்கத்தில் வந்த பல புதிய கண்டுபிடிப்புகளும் புலியை அழிக்கப் பயன்படுத்தப் பட்டன. மேம்படுத்தப்பட்ட துப்பாக்கிகள், தோட்டாக் களுடன் காட்டு வேட்டையை எளிதாக்கிய மின்பொறிக் கைவிளக்கும் புழக்கத்தில் வந்தது. இவ்விளக்குகளின் உதவி யால் விலங்குகளை, கண் கூசுவதால், அசையாமல் உறைய வைக்க முடியும். மரத்திலிருந்தோ, மோட்டாரிலிருந்தோ ஓடாமல் நிற்கும் விலங்கைச் சுடுவது சுலபம். போர் முடிந்தபின், குறைந்த விலைக்குக் கிடைத்த ஜீப்கள் மூலம் வேட்டைக் காரர்கள், முன்னர் அணுக முடியாத புலியின் உறைவிடத்திற் குள் ஊடுருவ முடிந்தது.

இதே காலகட்டத்தில் மலேரியாக் கொசுக்களை அழிக்க வும் பயிர்களைத் தாக்கும் பூச்சிகளுக்கு எதிராகப் பயன்படுத்தவும் பூச்சிக்கொல்லி போன்ற வேதியியல் தயாரிப்புகள் கடைகளில் கிடைக்க ஆரம்பித்தன. காட்டை திருத்தி, பயிர்ச் சாகுபடி செய்ய எத்தனித்துக் கொண்டிருந்த லட்சக் கணக்கான விவசாயி கள் கையில் இந்த வேதியியல் பொருட்கள் கிடைக்க, அவை களைப் புலியை அழிக்கப் பயன்படுத்தினார்கள். புலி அடித்து விட்டுச் சென்ற இரைவிலங்கின் உடலில், நச்சு மருந்தைப்

பூசி, குடும்பத்தோடு புலிகளைக் கொன்றனர். சில சமயம், வேதியியல் மருந்துக்குப் பதிலாக வெடிவைத்து, இறைச்சியைத் தின்ன வந்த புலியைத் தீர்த்து கட்டினர்.

அண்மைக் காலத்தில், இந்தியாவில் புலிகளைக் கொல்ல மின்சாரத்தைப் பயன்படுத்துகிறார்கள். மின்சாரக் கம்பங்களி லிருந்து, சட்ட விரோதமாகக் கம்பிகளை இணைத்து, புலி வரும் வழியில் ஒரு பொறி வைத்து அதில் மின்சாரம் பாய்ச்சுகிறார் கள். அந்தப் பாதையில் வரும் புலியும் மற்ற விலங்குகளும் மிக எளிதாக இந்த உத்தி மூலம் கொல்லப்படுகின்றன.

புலியின் உடற்பாகங்களை விற்றல்

எந்த முறையில் புலி கொல்லப்பட்டாலும், அதன் உடற் பாகங்களுக்கு உலகச் சந்தையில் நல்ல விலையுண்டு. இதற்குப் பல கலாச்சாரக் காரணங்கள் உண்டு. புலித்தோல், நகம், பல் முதலியன வீரத்தின் சின்னமாகவும், தாயத்தாகவும் நூற்றாண்டு காலமாக, உலகின் பல இடங்களில் பயன்படுத்தப் பட்டிருக்கின்றன. புலியை ஒரு தெய்வமாக வணங்கும் இந்தியாவில் கூட புலிக்கறி சாப்பிடுவது பலத்தைக் கொடுக்கும் என்று நம்புகிறவர்கள் இருக்கிறார்கள்.

ஆயினும் புலியின் உடற்பாக வணிகம் சைனா, தைவான், ஜப்பான், திபெத், சிங்கப்பூர் மற்றும் கொரியாவில், பாரம்பரிய நாட்டு மருத்துவத்தைச் சார்ந்துதான் நடைபெறுகிறது. இது தான் காட்டிலிருக்கும் புலிகளை எதிர்நோக்கும் பேராபத்து. நூற்றாண்டுகளாக நிலைபெற்றிருக்கும் இந்த மருத்துவ மரபில், மேற்கூறிய நாடுகளில் வசிக்கும் மக்களில் கால்வாசியினர் நம்பிக்கை உடையவர்களாயிருக்கிறார்கள், புலியின் எலும்பை உட்கொள்வது கீல்வாதத்தைப் போக்கி தசைகளை உறுதிப் படுத்தும் என்றும், அதன் ரத்தம் வலுச் சேர்க்கும் என்றும், வால், தோல் உபாதைகளைத் தீர்க்கும் என்றும், புலியின் கண்ணை உட்கொள்வது கண்புறையைப் போக்கு மென்றும் இம்மக்கள் நம்புகிறார்கள்.

சைனாவில் பத்து கோடி மக்கள், சைனாவின் பாரம்பரிய மருத்துவ முறையில் நம்பிக்கையுடையவராயிருக்கின்றனர். சீனாவின் எல்லையையடுத்து இருக்கும் ஏழுநாடுகளில் புலிகள் உண்டு. அந்த நாடுகளில் வாழும் சீனர்கள் பலர் புலி உடற்பாக வணிகத்தில் ஈடுபட்டுள்ளனர். மற்ற நாடுகளில் வாழும் சீனர்களும் இந்த வணிகத்தை ஆதரிக்கின்றனர். சீனப் பாரம்பரிய மருத்துவம் பணம் ஏராளமாகப் புரளும் சட்ட விரோதமான சந்தை ஒன்றை உருவாக்கியுள்ளது. காட்டுயிர்ப் பொருட்களில் வணிகம் செய்வோர், புலியின்

உடற்பகுதிகளை வாங்க கள்ள வேட்டைக்காரர்களைத் தேடித் தொடர்பு கொள்கிறார்கள். புலியைக் கள்ள வேட்டையாட சிறு குழுக்களாக இவர்கள் செயல்படலாம் அல்லது சந்தர்ப்பம் கிடைக்கும் போது புலியைச் சுடும் கிராமத்து ஆட்களாயுமிருக்கலாம். கிராமத்தருகில் வரும் புலிகளை நஞ்சு வைத்தும் அவர்கள் கொல்லலாம்.

1970களில், புலியைப் பாதுகாக்கும் கூட்டு முயற்சி பல நாடுகளில் எடுக்கப்பட்ட போது, ஜெனிவாவிலுள்ள, அழிவுறும் நிலையுள்ள உயிரினங்களைச் சார்ந்த வணிகத்தைக் கண்காணிக்கும் அமைப்பு புலியின் உடற்பாக வணிகத்தைக் கவனிக்க ஆரம்பித்தது. 1987ல் இந்த வணிகம் தடை செய்யப்பட்டது. இதில் சிக்கல் என்னவென்றால் சர்வதேச வணிகத்தை மட்டும்தான் இவ்வமைப்பு கண்காணிக்க முடியும். ஒரு நாட்டிற்குள்ளே நடக்கும் வியாபாரம் பற்றி ஒன்றும் செய்ய முடியாது.

ஆயினும் 1990களில் புலி உடற்பாகங்கள் விற்பனை பன்மடங்கு அதிகரித்ததை இவ்வமைப்புகள் கவனித்தன. ரஷியா, இந்தியா மற்றும் ஆசியாவின் மற்ற இடங்களிலும் கள்ள வேட்டையில் கொல்லப்பட்ட புலிகள் அவர்கள் கவனத்திற்கு வந்தன. சரணாலயங்களில் கண்காணிப்பு தளர்ந்ததால் திருட்டு வேட்டையால் புலிகளைக் கொல்வது அதிகரித்திருப்பது தெரியவந்தது.

எடுத்துக்காட்டாக, 1993ல் ஒரு இடத்தில் மட்டும் அரசு அலுவலர் மறைந்திருந்து பிடித்ததில் புலியின் எலும்புகள் மட்டும் ஐந்நூறு கிலோ கிடைத்தன. இந்தியா, ரஷ்யா மற்றும் சில நாடுகளிலிருந்து புலி எலும்புகள் சட்ட விரோதமாக விற்கப்படுவது தெரிந்தது. ஜூடி மில்ஸ் நடத்திய கணிப்புப்படி 1970 முதல் 1993 வரை, ஐந்நூறு முதல் ஆயிரம் புலிகள் இந்தத் திருட்டு விற்பனைக்காகக் கொல்லப்பட்டு, சட்ட வரம்பிற்குள் விற்பனை செய்யப்பட்டன. 1987ல் தான் புலி உடற்பாக விற்பனை தடை செய்யப்பட்டது என்பதை நினைவில் கொள்ள வேண்டும். அதற்கு முன்னரே ஹாங்காங், தாய்லாந்து, இந்தோனேசியா மற்றும் சீனாவில் இந்தப் புலிகள் கொல்லப்பட்டன.

இரைவிலங்குகளின் வீழ்ச்சி

புலியின் முந்தைய உறைவிடங்கள் அழிக்கப்பட்டு மறைந்ததைப் பற்றியும் இன்றும் அழிக்கப்பட்டு வருவதைப் பற்றியும் பார்த்தோம். விவசாயம், கால்நடை வளர்ப்பு, வனப் பொருட்களைச் சேகரித்தல் மற்றும் அபிவிருத்தித் திட்டங்கள், புலியின் வாழிடங்களைத் துண்டாடி, சீரழிப்பதைப் பற்றியும் கவனித்தோம்.

இருப்பினும், ஆசியாவில் இன்றளவும் புலிகள் உயிர் பிழைத் திருப்பதற்கு உகந்த உறைவிடங்கள் சில இருக்கின்றன. காட்டுயிர்ப் பாதுகாப்புக் கழகமும், இயற்கைக்கான உலக நிதியமும் 1997ல் நடத்திய கணிப்பின்படி மொத்தம் சுமார் 15 லட்சம் சதுர கி.மீ. பரப்புள்ள புலி வாழ்வதற்கேற்ற உறைவிடங்கள் உலகில் இன்னும் எஞ்சி இருக்கின்றன. ஆனால் இனவிருத்தி செய்து, புதிய வாழிடங்களைத் தேடிச் செல்லும் குட்டிகளை உருவாக்கக்கூடிய புலிகள், இந்த நிலப்பரப்பில் ஒரு சிறிய பகுதியை மட்டுமே பயன்படுத்துகின்றன. புலிகள் வாழ்வதற்கு உறைவிடங்கள் இருந்தாலும் அவைகளில் புலிகள் இல்லை.

ஆசியாவிலிருக்கும் பெருவாரியான காடுகளில் புலிகள் இல்லாதது ஏன்? புலிகள் கொல்லப்பட்டதைவிட, உண்பதற்கு அவைகளுக்கு இரை இல்லாததுதான் அடிப்படைக் காரணம். ஆசியாவில் வாழும் பெரும்பாலான மக்கள் (இந்தியாவி லுள்ள சில வணிக மற்றும் அர்ச்சகர் சாதிகள் தவிர) மாமிசம் உண்பவர்களே. இவர்களுக்குப் பயிர்களும் கால்நடைகளுமே உணவுக்கு மூலப்பொருட்களாக அமைகின்றன. ஆர்டிக் பிரதேசத்திலுள்ள இன்யூட் மக்களைப்போல இவர்கள் உணவுக்காக வேட்டையாடுபவர்களல்லர். எனினும் ஆசிய மக்களில் சிலர் காட்டுயிர்களை வீர சாகசமாகவும் உணவிற் காகவும் வேட்டையாடுவதுண்டு.

ஆசிய வேட்டையாடிகளில் பெருவாரியானோர் தொழில் முறையில் புலி வேட்டையாடுவதில்லை. வீர விளையாட்டுக் காகப் புலியைக் கொல்வதும் இல்லை. சாமானிய கிராமத்து மக்களான அவர்கள் குளம்பிகளையும் குரங்குகளையும் காட்டுப் பறவைகளையும் வேட்டையாடுகிறார்கள். கொன்ற விலங்குகளை உறவினர்களுடன் பகிர்ந்து உண்கிறார்கள். வேட்டையில் ஒரு பகுதியை விற்று அந்தப் பணத்தைக் கொண்டு மறுபடியும் வேட்டைக்குப் போக தோட்டா வாங்குவதும் உண்டு. இவர்கள் வேட்டை மூலம் லாபத்தை ஈட்டுவது மில்லை. உணவுக்காக வேட்டையை நம்பியிருப்பதுமில்லை. எனினும் வேட்டையாடுதல் அவர்கள் சமூக வாழ்வின் ஒரு அம்சம். இந்த வேட்டையாடிகள் தென்னாசிய கிராம மக்களுள் ஒரு சிறு பகுதியே. ஆனால், தென்கிழக்கு ஆசியா விலும் ரஷ்யாவிலும் பெரும் பகுதியினர் வேட்டையாடிகள்.

ஆசிய வேட்டைக்காரர்கள் குளம்பிகளைக் கொல்ல பல முறைகளைப் பயன்படுத்துகிறார்கள். பாரம்பரிய வேட்டை உத்திகளுடன், நவீன உபகரணங்களையும், ஆயுதங் களையும் இணைத்துப் பயன்படுத்துகிறார்கள். துப்பாக்கியால்

சுட்டும், வலை அல்லது பொறிவைத்துப் பிடித்தும் குளம்பி களைக் கொல்கிறார்கள்.

கண்ணிப் பொறிகள் பெரும்பாலும் தாவரக் கொடி களால் செய்யப்படுபவை. அண்மைக் காலத்தில் உலோகக் கம்பிகளாலும் இவை வடிவமைக்கப்படுகின்றன. இந்தப் பொறிகளைக் குளம்பிகளின் பாதையில் வைத்து அவைகளைப் பிடிக்கிறார்கள். லாவோஸ் நாட்டின் மலைச் சரிவுகளில் இம்மாதிரியான பொறிகள் ஏராளமாக வைக்கப்பட்டு அதில் பல விலங்குகள் மாட்டி, இறந்து, அழுகிக் கொண்டிருந்ததைக் கண்டதாக உயிரியலாளர்கள் பதிவு செய்திருக்கிறார்கள். பொறியில் மாட்டிய விலங்கை எடுக்கக்கூட அந்த வேட்டைக் காரர்கள் திரும்பி வரவில்லை. நஞ்சு கலந்த அம்பை அல்லது கல்லை எறியக்கூடிய வில்லை இந்த வேட்டையில் பயன் படுத்துகிறார்கள். குழி பறித்தும், கண்ணி வைத்தும் விலங்கு களைப் பிடிக்கிறார்கள்.

எனினும் இப்போது துப்பாக்கிகள் தாராளமாகக் கிடைப் பதால் காரில் இருந்து கொண்டே, மின்பொறி விளக்குகளை யும் நாய்களையும் பயன்படுத்தி வேட்டையாடுகிறார்கள். மலிவுவிலை நாட்டுத் துப்பாக்கிகளைக் கிராமப்புற கொல்லர் களே தயாரிக்கிறார்கள்.

கிராமப்புறத்திலுள்ள நிலக்கிழார்களும் பணக்கார விவசாயிகளும்கூட வேட்டையில் ஈடுபடுகிறார்கள். ஆசியா வில் எல்லா வர்க்கத்தினரிலும் வேட்டையாடுபவர்கள் இருக்கின்றனர். எனினும் பெருவாரியான வேட்டைக்காரர் கள் நிலமற்ற ஏழைகள். ஆசிய மக்களுள் ஒரு சிறு பகுதியினரே குளம்பிகளை வேட்டையாடுகிறார்கள் என்றாலும் மொத்த மாகப் பார்த்தால் அவர்களின் எண்ணிக்கை லட்சக்கணக்கி லிருக்கும். எண்ணிக்கை அதிகமாக இருப்பதால் அவர்கள் ஈடுபடும் வேட்டையினால் குளம்பிகளின் உயிர்த்தொகை கணிசமாகக் குறைகிறது. அதன் விளைவாக புலிகளின் உயிர்த்தொகையும் சரிகிறது.

இந்நூலில் முந்தைய இயல்களில் புலிகளின் எண்ணிக்கை யின் அடர்த்தி, உயிர் பிழைத்திருக்கும் விகிதம் மற்றும் நீடித்து வாழக்கூடிய வாய்ப்பு இவை இரைவிலங்குகளின் அடர்த்தியைச் சார்ந்தே இருக்கின்றன என்பதைப் பார்த் தோம். வேட்டையாடிகள் இரைவிலங்குகளை ஏராளமாகக் கொன்று அந்த வாழிடங்களிலிருந்து புலி அற்றுப்போகும்படி செய்துவிட்டார்கள். கச்சிதமாக விளக்கவேண்டுமென்றால், ஒரு வருடத்திற்கு 58 மான்கள் மனிதர்களால் கொல்லப்பட் டால், ஒரு புலி இப்பூவுலகிலிருந்து மறைகிறது என்று அர்த்தம்.

புலியின்மீது மக்களின் தாக்கம்

காட்டில் வாழும் புலிகள் மேற்கூறிய பல பாதிப்புகளை உள்வாங்கிக் கொண்டிருக்கின்றன, ஒன்றன்பின் ஒன்றாக அல்ல. ஒரே சமயத்தில். இந்த பாதிப்புகள் பலவகையான விளைவுகளை ஏற்படுத்தியிருக்கின்றன. உறைவிட அழிப்பு, புலி வேட்டை மற்றும் இரைவிலங்கு வேட்டை இவை ஒவ்வொன்றின் பாதிப்பையும் தீவிரமாக்குகின்றன. இம்முறையில் அவைகளின் தனித்தனி பாதிப்பைவிட, கூட்டான பாதிப்பு கடுமையான விளைவுகளை ஏற்படுத்துகிறது.

எடுத்துக்காட்டாக இரைவிலங்குகளை வேட்டையாடுவதால், இரை குறைந்து பெண்புலியின் வாழிடப் பரப்பு விரிகிறது. தாய்ப்புலி நீண்ட தூரம் இரை தேடிப் போகவேண்டியிருக்கிறது. அது ஈனும் குட்டிகளின் எண்ணிக்கையும் குறைகிறது. இந்த நிலையில் மனிதன் ஒரு புலியைச் சுட்டுக் கொன்றாலும் அதன் விளைவு மோசமானதாக இருக்கும். ஏனென்றால் அந்த இடத்தில் புலி அடர்த்தி குறைவாக இருக்கும். மேலும் பெண்புலி இரை தேடி நீண்ட தூரம் அலையும் போது கிராமங்கள் அருகே சென்று கால்நடைகளைக் கொன்றுவிடலாம். இதனால் மனிதர்கள் அந்தப் புலியைக் கொல்ல முயல்வர். பயிர் சாகுபடிக்காகப் புதிய நிலங்களை ஆயத்தப்படுத்தும் போதும் மனிதன் புலியை எதிர்கொள்ள வேண்டியிருக்கலாம். வளர்ச்சி திட்டங்களும் புதிய சாலைகளும் இதுவரை அணுகமுடியாமலிருந்த காட்டுப் பகுதிகளில் ஊடுருவுகின்றன. அதன் பின்னர் வனப் பொருள் களுக்கு கிராக்கி ஏற்படுகிறது.

இந்தப் பாதிப்புகளையெல்லாம் கவனிக்கும்போது முந்தைய வாழிடங்களில் ஒரு சிறு பகுதியிலாவது இன்னும் சில புலிகள் பிழைத்திருப்பது ஒரு அதிசயமென்றே படுகிறது. சூழியல் ரீதியாகப் பார்த்தால் புலிகளது சகிப்புத் திறன் இதற்கொரு காரணமாயிருக்கலாம்.

நாம் நினைவில் கொள்ளவேண்டியது ஒன்று உண்டு. புலிகளை அழித்த மனிதர்களே புலிகளைக் காப்பாற்றும் முயற்சியிலும் கடந்த நூற்றாண்டில் ஈடுபட்டனர். அவர்கள் எவ்வாறு புலியை தாம் போற்றும் ஒரு எதிரியை – காப்பாற்ற முயல்கிறார்கள் என்பது ஒரு சுவையான கதை.

அடித்துக் கொன்ற இரைவிலங்கை இழுத்துப் புதர்களுக்கிடையில் ஒளித்து வைக்கிறது புலி. மற்ற இரைக்கொல்லிகள் மற்றும் கழுதைப்புலி, பிணந்தின்னிக் கழுகு போன்றவற்றின் கண்ணில் படாமலிருக்கவே இந்த உத்தி. © சஞ்சய் குப்பி

நாம் போற்றும் எதிரி

புலி பாதுகாப்பிற்கான முயற்சிகள் (1900-1960)

பத்தொன்பதாம் நூற்றாண்டில் பல காலனி அரசுகள் புலி வாழும் காடுகளடங்கிய விரிந்த பரப்புகளைத் தங்கள் பிடியில் கொண்டு வந்தன. காடுகள் விவசாய நிலமாக மாற்றப் படுவதைத் தடுப்பதற்காக இந்த நடவடிக்கை. அங்குள்ள தேக்கு மரங்களை தக்கவைத்துக் கொள்வதே அவர்கள் நோக்கம். பின்னர், இருபதாம் நூற்றாண்டின் முற்பகுதியில், மேட்டுக் குடி வேட்டைக்காரர்கள் விருப்பத்திற்கிணங்க, காலனி அரசுகள் ஆண்டு கொண்டிருந்த சில நாடுகளில் புலிச் சரணாலயங்கள் அமைக்கும் முயற்சிகள் எடுக்கப்பட்டன. உள்ளூர் வேட்டைக்காரர்கள் கண்மூடித்தனமாக சுட்டு, புலிகளை அறவே ஒழித்து விடுவார்கள் என்ற அச்சமே இந்த முயற்சிக்கு உந்துகோல். இந்தச் சரணாலயங்கள் மேட்டுக்குடி யினர் காட்டு விலங்குகளை வேட்டையாடுவதற்கெனவே பாதுகாக்கப்பட்டன. புரட்சிக்குப்பின், ரஷ்யாவிலும் இம்மாதிரி புலி வாழும் காடுகளைப் பாதுகாத்தனர். ஆனால், ஆசியாவில் காலனி அரசுகள் காட்டுயிர்ப் பாதுகாப்பு பற்றி அக்கறை காட்டவில்லை. ஆட்சி தங்கள் கைவிட்டு நழுவவிடாமலிருப்ப திலேயேதான் அவர்கள் கவனம் இருந்தது.

இரண்டாம் உலகப்போர் முடிந்தபின் பல புதிய தாக்கங் கள் எழுந்தன. புலி வாழும் நாடுகளான இந்தியா, மயன்மார், சைனா, இந்தோனேசியா மற்றும் மலேசியா முதலிய நாடு களில், ஆட்சி கைமாறியது. பிரிட்டீஷ், டச்சு மற்றும் பிரஞ்சு காலனி அதிகாரிகள் உள்நாட்டுத் தலைவர்களிடம் ஆட்சியை ஒப்படைத்தனர். காலனியாட்சி அதிகாரிகள் வேட்டையில் ஆர்வமுடைய மேட்டுக்குடியினர். அதிலும் பிரித்தானியர் களுக்கு இயற்கை வரலாற்றில் ஈடுபாடு மிகுதி. அவர்கள் விட்டுச் சென்ற பதவிகளிலமர்ந்த உள்நாட்டுத் தலைவர்கள் பல்வேறுவிதமான சமூகப் பின்புலத்திலிருந்து தோன்றியவர்கள்.

காட்டில் அலையும் போது, சிறுநீரும் நெடியும் கலந்த திரவத்தை புதர்கள், மரங்கள் மேல் பீச்சியடித்து புலிகள் ஒன்றுக்கொன்று வேதியல் சமிக்ஞைகள் மூலம் தொடர்பு வைத்துக் கொள்கின்றன.
© பிரவீன் பார்கவ்

அவர்களுக்கு இயற்கை வரலாற்றிலோ, காட்டுயிர்களிலோ அக்கறை கிடையாது. தொழில் வளர்ச்சி, பொருளாதார மேம்பாடு, உணவு உற்பத்தி பெருக்கல் மற்றும் மக்களின் வாழ்க்கைத் தரத்தை உயர்த்துவது என முன்னுரிமையளிக்க வேண்டிய பல சவால்கள் அவர்கள் முன் இருந்தன. இந்தப் புதிய தலைவர்களுக்கு காடு என்றால் மரங்கள் கிடைக்கும் இடம்; அதைத் திருத்தினால் சாகுபடி செய்ய நிலம் கிடைக்கும், அவ்வளவே. அவர்கள் கண்களில் புலிகள் ஒழித்துக்கட்ட வேண்டிய ஒரு தொல்லை. இத்தகைய கண்ணோட்டம் புலிகள் உள்ள எல்லா நாடுகளிலுமிருந்தாலும், சைனாவில் அழுத்தமாகக் காணப்பட்டது. 1950களில் அங்கே புலிகளை அறவே ஒழித்துக்கட்ட தீவிர முயற்சிகள் மேற்கொள்ளப்பட்டன.

போர் நின்று இருபத்தி ஐந்து ஆண்டுகள் கழித்து, புலிக்காக ஆசியாவில் பரிந்து பேசியவர்கள் வெள்ளைக்கார மற்றும் உள்நாட்டு வேட்டைக்காரர்களே. வெகு சில உள்நாட்டு இயற்கைவாதிகள், அரசியல் தலைவர்களுடன் காட்டுயிர் பாதுகாப்புக்காகப் பேசினர். இந்தியாவில் சலீம் அலியும் தாய்லாந்தில் பூன்சாங் எலக்காகுலுவும் குறிப்பிடத்தக்கவர்கள். சில வேட்டைக்காரர்களின் விடாமுயற்சியால், கள்ள வேட்டைக் கெதிராக சட்டங்கள் இயற்றப்பட்டன. சில காடுகள் புலிக்கான பாதுகாக்கப்பட்ட இடமாக அறிவிக்கப்பட்டன. ஆனால் பெரும்பாலும் இச்சட்டங்கள் வலுவற்று, ஏட்டளவிலேயே நின்றன. பெரும்பாலான நாடுகளில் காட்டுயிர் பற்றிய சட்டங்களை அமல்படுத்த ஒரு தனித்துறை இல்லாமலிருந்தது. இந்தப் பணி காட்டிலாகாவிடம் ஒப்படைக்கப்பட்டது. அவர்களோ காட்டிலிருக்கும் வெட்டுமரங்களைப் பற்றித்தான் கணக்குப் போட்டுக் கொண்டிருந்தார்களே தவிர, புலியைப் பற்றி நினைக்கக்கூட அவர்களுக்கு நேரமில்லை.

உரிமம் பெற்ற வேட்டைக்காரர்கள், அவர்களுக்கு எந்த வனப்பகுதியில் வேட்டையாட அனுமதி உண்டோ அந்தப் பகுதியைக் கண்காணிக்கவும் வேண்டும். காலனி ஆட்சியின் போது இந்த அமைப்பு ஓரளவு பலன்தரும் அளவில் இயங்கியது. பல அரசு அதிகாரிகளும் மற்றும் உள்நாட்டுச் சிற்றரசர்களும் வேட்டைக்கு உரிமம் பெற்றிருந்தனர். அவர்களால் உள்நாட்டு கள்ள வேட்டைக்காரர்களை ஓரளவு கட்டுப்பாட்டில் வைக்க முடிந்தது. காலனி ஆட்சி முடிந்து, சுதந்திரம் வந்தபின் இத்தகைய கட்டுப்பாடு தளர்ந்தது. உரிமம் பெற்ற வேட்டைக் காரர்களும் கள்ள வேட்டைக்காரர்களும் போட்டி போட்டுக் கொண்டு புலிகளையும் இரைவிலங்குகளையும் தீர்த்துக் கட்டினார்கள், 1960கள் வரை.

1960களில் ஒரு புதுவிதமான வேட்டைக்காரர்கள் ஆசியாவில் தோன்றினர். புலி ஒன்றை எப்படியாவது சுட்டுவிட வேண்டும் என்றெண்ணிய வெளிநாட்டுச் செல்வந்தர்களை மனதில் கொண்டு, இந்தியாவிலும் நேபாளத்திலும், ஆப்ரிக்காவில் இருப்பதுபோல, வேட்டைக்கான வசதிகள் செய்து தரக்கூடிய நிறுவனங்கள் பல தோன்றின. இம்மாதிரியான பெரிய அளவில் நடத்தப்பட்ட வேட்டைகளுடன் உள்நாட்டு வேட்டைக்காரர்களும் கள்ள வேட்டைக்காரர்களும் சேர்ந்து புலியை, பத்து வருடத்தில், அழிவின் விளிம்பிற்கே தள்ளிவிட்டனர்.

அண்மைக்காலப் பாதுகாப்பு முயற்சிகள் (1960-1990)

1960களுக்குப் பிறகு எடுக்கப்பட்ட புலி பாதுகாப்பு முயற்சிகளில் பல இந்தியாவுடன் தொடர்புடையனவாயிருந்தன. புலிகள் அதிகமாக வாழும் நாடு இதுதானே. ரிச்சர்டு பெரி எழுதிய *புலிகளின் உலகம்* மற்றும் ஜார்ஜ் ஷேலர் எழுதிய *மானும் புலியும்* ஆகிய இரு நூல்கள் வெளிவந்து புலியின் பரிதாப நிலையை உலகோரின் கவனத்துக்கும் கொண்டு வந்தது. பம்பாய் இயற்கை வரலாற்றுக் கழகத்தைச் சேர்ந்த ஜே.சி. டேனியல் நடத்திய மதிப்பீடும், வனப்பாதுகாவலர் கைலாஷ் சங்காலாவின் அதிகாரப்பூர்வமான கணிப்பும், இந்தியாவில் புலி அற்றுப் போகும் நிலையிலிருப்பதைப் புலப்படுத்தின.

1969ல் பன்னாட்டு இயற்கைவளப் பாதுகாப்பு நிறுவன (ஐ.யு.சி.என்)த்தின் பொதுக்குழு புதுடில்லியில் கூடியது. உலக அளவில் புலி பாதுகாப்பிற்கு ஒரு உத்வேகம் அளித்த நிகழ்வாக இது அமைந்தது. இயற்கைக்கான உலக நிதியம் மற்றும் பன்னாட்டு இயற்கை வளப் பாதுகாப்பு நிறுவனம் இவற்றின் ஆதரவுடன் கய் மௌன்ட்போர்டு மற்றும் பீட்டர் ஜாக்சன் போன்ற இயற்கைவாதிகள் உலக அரங்கின் கவனத்திற்கு புலியின் நிலைமையைக் கொண்டு சென்றனர். அன்றைய பிரதமர் இந்திரா காந்தி புலி பாதுகாப்பிற்குத் தன் ஆதரவைத் தந்து தலைமை தாங்கினார். இயற்கை வளப் பாதுகாப்பு நிறுவனம், புலி வேட்டையைத் தடை செய்யும்படியும், புலிக்கென சரணாலயங்கள் ஏற்படுத்தும்படியும் புலி வாழும் நாடுகளைக் கேட்டுக்கொண்டது. புலியை அழிவுறும் நிலையிலுள்ள ஓர் உயிரினம் எனப் பிரகடனம் செய்தது.

இந்தத் தீர்மானத்தின் விளைவாகப் பல நாடுகள் புலி வேட்டையைத் தடைசெய்தன. இந்தியாவின் முன் மாதிரியுடன், பல நாடுகள் புலிகளுக்கும், அதன் இரைவிலங்குகளுக்கும்,

புலியின் உறைவிடங்களுக்கும் பாதுகாப்பு அளிக்கும் வகையில் சட்டங்கள் இயற்றின. வேறு சில நாடுகள், போரின் நிர்ப்பந்தத்தால், வலுவற்ற சட்டங்கள் தீட்டின. சில நாடுகளோ ஒன்றுமே செய்யவில்லை.

எவ்வளவுதான் சட்டங்கள் தீட்டினாலும் அவைகளை அமுல்படுத்த வேண்டுமே. பெருவாரியான புலிகள் வாழும் நாடுகளில், இச்சட்டங்கள் ஏட்டளவில் உறைந்து போயின அல்லது அரைமனதுடன் அமுல்படுத்தப்பட்டன. இத்தகைய நிலைமைக்குக் காரணங்கள் பல.

பல நாடுகளில் புலி போன்ற இரைக்கொல்லி விலங்குகளைப் பாதுகாக்க வேண்டும் என்ற கருதுகோள் மக்களால் ஏற்றுக் கொள்ளப்படவில்லை. காட்டுமிருகங்களை, குறிப்பாகப் புலியை, வேட்டையாடுவது வீரத்தின் அடையாளமாகக் கருதப்பட்டது. இரைவிலங்குகளை வேட்டையாடும் பழக்கம் பரவலான ஒரு பாரம்பரியம். மேலும் பயிர்ப் பாதுகாப்பிற்கு அது அவசியம் என்றும் கருதப்பட்டது. புலியின் உடற்பாகங்களை நாட்டு மருத்துவத்தில் பயன்படுத்தும் மரபு கீழை நாடுகளில் நெடுங்காலமாக இருந்து வருகின்றது. இந்த வாணிபத்தில் கணிசமான பணம் புரண்டது. ஆயுதம் ஏந்திய காவலர்கள், மற்றும் வேட்டையைத் தடுக்கும் உத்திகள் மூலம் பலவந்தமாகத் தடுத்தாலொழிய, சட்டங்களின் மூலம் மட்டுமே மக்களைப் புலி வேட்டையில் ஈடுபடுவதிலிருந்து தடுக்க முடியாது.

புலி வாழும் நாடுகளில், சரணாலயங்களைப் பாதுகாக்கப் பயிற்சி பெற்ற காவலர்கள் கிடையாது. சில நாடுகளில் வன இலாகா செயல்பட்டாலும், சட்டதிட்டங்களை அமுல்படுத்தும் அதிகாரம் இல்லை. திறமையும் இல்லை. புலியைப் பாதுகாக்கும் முயற்சிக்குத் தேவையான ஆதரவு பெருவாரியான நாடுகளில் இல்லை. அத்தகைய அக்கறை வெளிநாட்டு நிறுவனங்கள் பரிந்துரைப்பதால் உருவாவதில்லை. அந்தந்த நாட்டில் ஆர்வ முடையவர்கள் குழுக்களாகச் செயல்படவேண்டும். அத்தகைய குழுக்களில்லாததால், புலியையும் அதன் இரை விலங்கு களையும் பாதுகாக்க இயற்றப்பட்ட சட்டங்கள் செயலிழந்து நின்றன.

அரசியல் ரீதியான ஆதரவும் தேவையாகிறது. புலி வாழும் காடுகளை மக்கள் சுரண்டாமல் இருந்தால் தான் புலி பிழைத்திருக்கும் என்பதை ஏற்கனவே பார்த்திருக்கிறோம். வேட்டை, வனப்பொருட்களைச் சேகரித்தல், கால்நடைகள் மேய்ப்பது மற்றும் வளர்ச்சித் திட்டங்கள் இவைகளை நிறுத்திவைத்தால்தான் புலிகளுக்கு வாழிடம் கிடைக்கும்.

அரசியல்வாதிகளிடம் மேற்கூறிய நடவடிக்கைகளைத் தடுக்க வேண்டும் என்ற ஆர்வம் கிடையாது. புலியின் பாதுகாப்பு பற்றி அவர்கள் கவலைப்படுவதில்லை. ஆகவே, பெரும்பாலான நாடுகளில் அரசியல் தலைவர்கள் புலியைப் பாதுகாக்கும் திட்டங்களுக்கு முன்னுரிமை அளிக்கவில்லை.

புலிக்காக பரிந்துரைக்க ஆளில்லாமல், அரசியல் செல்வாக்கு இன்றி, சட்டங்களை அமுல்படுத்த அதிகாரிகளின் ஆதரவு இன்றி, புலி பாதுகாப்புச் சட்டங்கள் ஆசிய நாடுகளில் ஏட்டுச் சுரைக்காய்களாக செயலற்றுப் போயின.

ஆனால் இந்தியாவும் நேபாளமும் இதற்கு விதிவிலக்காக இருந்தன. பிரதமர் இந்திரா காந்தி இயற்கை வரலாற்றில் ஆர்வமுடையவராக இருந்ததாலும், நேபாளத்தில் மன்னர் மகேந்திரர் வேட்டையில் ஈடுபாடு கொண்டிருந்ததாலும், காட்டுயிர்ப் பாதுகாப்பிற்கு இந்த நாடுகளில் ஆதரவு இருந்தது. இவ்விரு தலைவர்களும் புலி பாதுகாப்புச் சட்டங்களை அமுல் படுத்தப்படுவதைக் கூர்ந்து கண்காணித்தார்கள். இந்தியாவில் நூறு வருடங்களாக இயங்கி வந்த வனத்துறையிடம் சட்ட திட்டங்களை அமுல்படுத்தும் திறனும் இருந்தது. நேபாள அரசு, தன்னிடமிருந்த திறன் மிக்க கூர்க்காப் படையை இந்தப் பணியில் ஈடுபடுத்தியது.

காட்டுயிர்ப் பாதுகாப்பில் ஆர்வம் கொண்ட இந்திய மத்தியதர மக்களில் பலர், புலிக்காக கச்சைகட்டிக்கொண்டு பத்திரிகைகளில் பரிந்துரை செய்தனர். நேபாளத்தில், ஸ்மித் சோனியன் நிறுவனம் மூலமாக, காட்டுயிர்ப் பாதுகாப்பில் அமெரிக்காவின் ஆர்வம் செயல்படுத்தப்பட்டது. இத்துடன் நேபாள சுற்றுலாத்துறை இணைந்து செயல்பட்டது. இதன் விளைவாக, இவ்விரு தென்னாசிய நாடுகளிலும் பல புலி சரணாலயங்கள் மளமள வென்று நிறுவப்பட்டன. புலிகளுக்கு உலகிலேயே சிறந்த உறைவிடங்கள் என்று கருதப்படும் புலிச் சரணாலயங்கள் – கான்ஹா, பந்திப்பூர், நாகரஹொளே, ரான்தம்பூர் மற்றும் சித்வான் – இவை யாவும் 1970களில் அழிவின் விளிம்பிலிருந்து மீட்டெடுக்கப்பட்டவை.

இந்த இருநாடுகளிலும் புலி பாதுகாக்கப்பட்டதற்கு வேறு ஒரு காரணமும் உண்டு. இங்கே வாழும் பெருவாரியான மக்களின் மதமான இந்து மதம் எல்லா உயிர்களுக்கும் மனிதர் போலவே இவ்வுலகில் வாழ உரிமை உண்டு என்ற நம்பிக்கையுடையது. எப்போதும் இறைச்சி உண்பவர்களிடையே கூட சடங்கிற்காக மரக்கறி உணவு மட்டும் உண்பவர் உண்டு. மக்கள் புலியையும் அதன் இரைவிலங்குகளையும்

கொன்றாலும், புலிச் சரணாலயங்கள் ஏற்படுத்தப்படுவதை அவர்கள் வரவேற்றார்கள். இதனால் கள்ள வேட்டைக்காரர் களின் மீது வழக்குப் போடுவது எளிதாயிற்று.

புலியை அழிவினின்று காப்பாற்றுவதற்கு இந்தியா எடுத்த முயற்சிகளில் ஒரு சிறப்பு அம்சம் உண்டு. வெளிநாடுகளிலிருந்து புலி பாதுகாப்பிற்குப் பணம் நிறைய வருவதாக ஒரு பரவலான கருத்து உண்டு. உண்மையென்னவென்றால், இந்தியா புலி பாதுகாப்பில் முதலீடு செய்த நிதியில் பத்தில் ஒரு பங்குதான் வெளிநாட்டிலிருந்து வந்தது. அது மட்டுமல்ல. காடுகளில் மரம் வெட்டுதல் நிறுத்தப்பட்டதால் அரசு இழந்த வருவாயை யும் கணக்கிலெடுத்துக் கொண்டால், இந்தியா இப்பணியில் செய்த முதலீடு பன்மடங்கு உயரும்.

தெற்காசியாவில் புலிகளைக் காப்பாற்றும் இந்த முயற்சி கள் தக்க தருணத்தில்தான் எடுக்கப்பட்டன. புலிகள் வாழும் எல்லாப் பிரதேசங்களையும் விட இங்குதான் புலியின் உறைவிடம் மிகுதியாக குறைக்கப்பட்டு, துண்டாடப்பட்டிருந்தது. இங்கே மக்கட்தொகை நெருக்கம் அதிகமாகி புலியின் வாழிடங் கள் கடுமையாகப் பாதிக்கப்பட்டன. ஒருவேளை சீனா இதற்கு ஒரு விதிவிலக்காக இருக்கலாம்.

இதே சமயத்தில் இந்தியா, நேபாளம் போலவே மக்கட் தொகை நெருக்கம் இருந்த மற்ற நாடுகளில் புலிகள் அற்றுப் போய்விட்டன. எடுத்துக்காட்டாக, இந்தோனேஷியா, தாய்லாந்து மற்றும் தென் சீனா போன்ற நாடுகளிலுள்ள சமவெளிகளைச் சுட்டிக்காட்டலாம். ஆயினும் இந்த நாடுகளின் மலைப் பிரதேசங்களில் மழைக்காடுகள் பரந்த அளவில் செழித்திருந்தன. 1970களில்கூட இந்தோனேஷியாவின் சுமத்ரா, மலேசியத் தீபகற்பம், மயன்மார், தாய்லாந்து, கம்போடியா, லாவோஸ் மற்றும் வியத்நாம் நாடுகளில் மழைக்காடுகள் பெருமளவில் இருந்தன. அவைகளுடைய விரிந்த பரப்பு, சாகுபடியாளர் களால் அணுகமுடியாமல் இருந்ததால் அந்தக் காடுகளில் புலிக்குப் பாதுகாப்பு கிடைத்தது. ஆகவே வேட்டையைத் தடை செய்யும் சட்டங்கள் இல்லாத நிலையிலும் இந்தக் காடுகளில் புலிகளும் அவைகளின் இரைவிலங்குகளும் பிழைத்திருந்தன.

மேலும் சமூக ரீதியான இரண்டு காரணிகள் சுமத்ரா விலும் மலேசியத் தீபகற்பத்திலும் புலிகள் அழிந்து போகாம லிருக்க உதவின. இந்தப் பிரதேசத்திலுள்ள பெருவாரியான மக்கள் முஸ்லிம்கள். அவர்கள் பன்றி இறைச்சி சாப்பிட மாட்டார்கள். எனவே காட்டுப் பன்றிகளையும் அதே இனத்தைச்

சேர்ந்த டேப்பிர் என்ற விலங்கையும் வேட்டையாடவில்லை. புலியின் இரைவிலங்குகளான கடம்பை மான், காட்டெருது மற்றும் காட்டு மாடு இவைகள் குறைந்திருந்தாலும், அபரிமித மாக இருந்த இந்தப் பன்றியின விலங்குகள் புலிகளுக்கு இரையாக அமைந்தன.

இரண்டாவதாக, அடர்த்தியான மழைக்காடுகள், வெட்டுமரத் தொழிலால் நலிந்து பல பெரிய குளம்பிகளுக்கு தீனி தேடும் இடமானது. இந்த விலங்குகளை இரையாகக் கொள்ளும் புலிகள் அங்கே பெருமளவில் வாழ முடிந்தது. அண்மையில் மலேசியாவில் காமிராப்பொறி மூலம் நடத்திய மதிப்பீடு, அடர்த்தி இல்லாத காடுகளில் புலிகள் அதிகமாக வாழ முடியும் என்பதை நமக்குப் புலப்படுத்துகின்றது. ஆனால், இந்த மழைக்காட்டு மரங்களை வெட்டிவிட்டு, அங்கே எண்ணெய்ப் பனை போன்ற வணிக மரங்களை நட்டால் அங்கு புலிகள் குடியேறா.

எனினும் உலகிலுள்ள வேறு பல பகுதிகளிலிருந்த புலிகளை 1960களில் எடுத்த நடவடிக்கைகள் மூலம் காப்பாற்ற முடிய வில்லை. காஸ்பியன் பகுதியிலும், ஜாவாவிலும் இருந்த புலிகள் 1970களில் மறைந்து போயின. தென்கிழக்கு ஆசியாவில் புலிகளின் உயிர்த்தொகை சரிந்தது. தென் சீனாவிலிருந்த புலிகள், அவைகளின் உடற்பாக வணிகத்தால் ஏறக் குறைய பூண்டற்றுப் போயின. ரஷ்யாவில் வடக்குப் பிரதேசத்திலிருந்த புலிகளும், அதையொட்டி இருந்த சீனாவின் பகுதிகளிலும் வாழ்ந்திருந்த புலிகளும் பிழைத்திருந்தன.

தெற்காசியாவிலும், ரஷ்யாவிலும் 1970களிலும் 1980களி லும் புலிகள் ஆங்காங்கு மீண்டும் தலை தூக்க ஆரம்பித்தன. இந்தோனேஷியா, தாய்லாந்து மற்றும் மலேசியாவில் சில சரணாலயங்களில் புலிகளின் எண்ணிக்கை அதிகரித்தது. எந்தெந்தப் பகுதிகளில் மனிதரின் ஊடுருவல் தடுக்கப்பட்டு, புலியின் சூழியல் தேவைகள் கவனிக்கப்பட்டதோ, அந்த இடங்களில் புலியின் உயிர்த்தொகை கூடியது. பல இடங்களில் ஆயுதம் தரித்த காவலர்கள் புலிவேட்டையையும் இரைவிலங்கு வேட்டையையும் தடுத்தது புலியின் அதிகரிப்பிற்கு ஒரு முக்கிய மான காரணி. அதேபோல, மரம் வெட்டுதல் மற்றும் வனப் பொருட்களைச் சேகரித்தல் போன்ற இடையூறுகளைத் தடுத்த தும் புலியின் பாதுகாப்பிற்கு உதவியது. தென்னாசியாவில் காட்டில் கால்நடைகளை மேய்ப்பது மற்றும் விறகு சேகரிப்பது போன்ற ஊடுருவல்களைத் தடுத்ததும் புலிக்கு ஆதரவாக அமைந்தது. பாதுகாக்கப்பட்ட இடங்களில், மனிதர் வாழும்

பகுதிக்கும் புலியின் உறைவிடங்களுக்கும் இடையே தடுப்பு ஏற்படுத்தியது, காட்டுத் தீ பிடிப்பதைத் தடுக்க நடவடிக்கைகள் எடுத்தது, நீர் நிலைகள் ஏற்படுத்தியது போன்ற நடவடிக்கை களும் புலியின் மீட்சிக்கு உதவின. இரைவிலங்குகளும் பெருகின. எனினும் எல்லாப் புலிவாழ் நாடுகளிலும் பாதுகாக்கப் பட்ட பகுதிகளுக்கு வெளியே, புலியின் எண்ணிக்கையில் வீழ்ச்சி ஏற்பட்டது. புலி உறைவிடங்களின் மொத்தப்பரப்பு குறைந்து, சிறுசிறு துண்டுப் பகுதிகளாகியது.

இந்த மோசமான நிலைமையிலும் 1980களில் புலி ஆர்வலர்களிடையே ஒரு எதிர்பார்ப்பு உண்டாகியிருந்தது. ஆசியாவின் பல இடங்களிலிருந்து, புலி உயிர்த்தொகை கூடிவரும் செய்திகள் வந்ததுதான் காரணம். ஆனால் புலியின் எண்ணிக்கையைக் கணிப்பதற்கு, அவர்கள் கையாண்ட முறை கள் அறிவியல் பூர்வமானவையல்ல. அந்தக் கணிப்புகளும் நம்பத்தகுந்தவை அல்ல. புலிகள் வாழும் எல்லா நாடு களிலும், சரணாலயங்களில் புலிகள் வெகு சீராக இனவிருத்தி செய்து பெருகிக் கொண்டிருப்பதாக அந்தக் கணிப்புகள் காட்டின. உண்மையென்னவோ இதற்கு மாறாகத்தான் இருந்தது. இருப்பினும் ஆசிய வன அதிகாரிகளின் கணிப்புகள் பன்னாட்டு அமைப்புகளால் எல்லா நாடுகளுக்கும் அனுப்பப் பட்டன. மக்களும் இதை உண்மையென நம்பினார்கள். 1982இல் பாலித் தீவில் நடைபெற்ற பன்னாட்டு காப்பக மாநாட்டில் இந்திய வன அதிகாரி ஒருவர் ஒரு வினோதமான கேள்வியை எழுப்பினார். “புலியைக் காப்பாற்றிய பிறகு செய்ய வேண்டியது என்ன?” நற்செய்திகளுக்காகக் காத்துக் கொண்டிருந்த பன்னாட்டு வனப்பாதுகாப்பு அமைப்புகள் வேங்கை காப்பாற்றப்பட்டு விட்டது என்றே நம்பினார்கள். ஆனால் சில பாதுகாக்கப்பட்ட இடங்களில் மட்டுமே, அதிலும் அங்கொன்றும் இங்கொன்றுமாகத்தான், புலி எண்ணிக்கையில் அதிகரித்திருக்கின்றது என்ற உண்மையை அவர்கள் அறிந்திருக்கவில்லை.

கோட்பாட்டு மாற்றங்களின் விளைவு (1980 - 1990)

புலியின் நிலமை சீராக இருக்கிறதென்று உண்மைக்குப் புறம்பான கருத்துக்கள் பரப்பப்பட்ட அதே காலகட்டத்தில், பன்னாட்டு அரங்கில் புலிப் பாதுகாப்புக் கோட்பாடுகளில் சில மாற்றங்கள் ஏற்பட்டன. புலிப் பாதுகாப்புச் செயல்பாட்டை இம்மாற்றங்கள் வெகுவாகப் பாதித்தன.

வேட்டையாடல், சாகுபடி, கால்நடை மேய்ச்சல், வனப் பொருட்கள் சேகரித்தல் மற்றும் வளர்ச்சித் திட்டங்கள்

போன்ற மனித நடவடிக்கைகள் புலிக்குத் தீங்கு விளைவிக்கின்றன என்பதை முன்னர் பார்த்தோம். இந்த நடவடிக்கைகளைத் தடுப்பது புலியின் வாழிடத்திற்கு அருகில் வசிக்கும் மக்களைப் பாதிக்கக்கூடும். ஆகவே, கிராமப்புற மக்கள் தங்கள் அன்றாட வேலைகள் தடை செய்யப்படுவதை எதிர்த்தனர். புலியின் பாதுகாப்பிற்கு ஆகும் சிரமத்தை நாங்கள் மட்டும் தான் ஏற்க வேண்டுமா என்றனர். இவர்களின் குறைகளைக் கேட்டுக் களைய, சமூக ரீதியான அமைப்புமுறை ஒன்றுமில்லை. புலிப் பாதுகாப்பு நடவடிக்கைகளை இதற்காக நிறுத்த வேண்டுமென்று நான் சொல்லவில்லை. இப்பணியினால் மக்களுக்கு ஏற்பட்ட இழப்பு ஈடுசெய்யப்படுவதில்லை என்பதை மட்டும் சுட்டிக்காட்ட விரும்புகின்றேன்.

1980களில் நிலைத்து நீடிக்கும் பயனீடு (Sustainable consumption) மற்றும் நிலைத்து நீடிக்கும் வளர்ச்சி (Sustainable Development) என்ற கோட்பாடுகள் புழக்கத்தில் வந்தன. இந்தச் சித்தாந்தங்கள் கூறுவது என்னவென்றால் காட்டுயிரும் பல்லுயிரியமும் கண்காணிப்பின் மூலமும், காவல் மூலமும் மட்டுமே பாதுகாக்கப்படமுடியாது. வன உயிர்களுக்குக் குந்தகம் விளைவிக்காமல், அங்கு வாழும் மனிதர் காட்டைப் பயன்படுத்த அனுமதிக்கப்பட வேண்டும். ஆனால், நிலைத்து நீடிக்கும் பயனீடு என்ற கோட்பாடு கேட்பதற்கு நன்றாக இருந்தாலும், அழியும் ஆபத்தில் ஊசலாடிக் கொண்டிருக்கும் புலி போன்ற உயிரினங்களுக்கு நன்மை பயக்காது. இனப்பெருக்கம் செய்யக்கூடிய புலிகளின் உறைவிடம் மனிதர்களின் தாக்கத்தால் முன்பிருந்ததில் ஒரு விழுக்காடாகச் சுருங்கிவிட்டது. இதே ரீதியில் போனால் மிச்சமிருக்கும் புலிகளுக்கும் ஆபத்துதான்.

நிலைத்து நீடிக்கும் பயனீடு என்ற கருதுகோள் எழுப்பும் முக்கியப் பிரச்சனை ஒரு சூழியல் ரீதியான முரண்பாடு. காட்டைப் பயன்படுத்தும் மனிதர்களின் எண்ணிக்கைக்கும் காட்டிலுள்ள மூலப்பொருள்கள் கிடைக்கும் பரப்பிற்கும் உள்ள விகிதாச்சாரம் மலைக்கும் மடுவுக்கும் இருக்கும் வித்தியாசம் போலானது. 1980களில் சந்தைப் பொருளாதாரம் புலியின் வாழிடங்களைக் கூட எட்டி ஊடுருவிவிட்டது. மக்களிடையே பொருளாதார எதிர்பார்ப்புகள் கூடின. புதிய தொழில்நுட்ப முறைகளை மரபு சார்ந்த திறமைகளுடன் இணைத்து, காட்டுயிர் சார்ந்த பொருட்களைச் சுரண்ட வழிவகுக்கப்பட்டது. மக்களின் எதிர்பார்ப்புகளையும், விரிந்து வரும் உலகச் சந்தையையும் காணும்போது புலி வாழிடங்களை வளம் குன்றாமல் பயன்படுத்த முடியும் என்று சிலர் நம்பியதற்கு ஆதாரமே இல்லை. எனினும் சர்வதேச அளவில்,

பாதுகாப்புத் திட்டங்களுடன், நிலைத்து நீடிக்கும் பயனீடு என்ற அடிப்படையில் இணைந்த வளர்ச்சித் திட்டங்கள் சித்தாந்த ரீதியில் பரவலாக ஏற்றுக் கொள்ளப்பட்டன.

கடன் சுமையில் அழுந்திக் கொண்டிருக்கும் பல புலிவாழ் நாடுகளுக்கு நிதியுதவி அளித்த பன்னாட்டு நிறுவனங்கள், நிலைத்து நீடித்த வளர்ச்சி என்ற கோட்பாட்டில் நம்பிக்கை கொண்டவை. அந்நாடுகளின் பொருளாதார மேம்பாட்டுக் கொள்கைகளை இந்நிறுவனங்கள் வகுக்க ஆரம்பித்தன. அந்த நாடுகளும் அரசியல் கொந்தளிப்பு மற்றும் பொருளாதாரச் சிக்கல் எனப் பலபிரச்சனைகளை எதிர்கொண்டிருந்த காலம் அது (சீனாவில் நவீனமயமாக்கல், சோவியத் யூனியன் பிளவுபட்டது, இந்தியா, இந்தோனேஷியா மற்றும் இந்தோசைனாவில் ஏற்பட்ட அரசியல் மாற்றங்கள் போல.) இதன் விளைவாகச் செலவினங்களைக் குறைக்க எடுத்துக் கொள்ளப்பட்ட நடவடிக்கைகளில் புலிக்காக ஒதுக்கப்பட்ட நிதி வெகுவாகக் குறைக்கப்பட்டது.

அதே சமயத்தில் இந்தப் பன்னாட்டு நிதி நிறுவனங்கள், அவர்களது சித்தாந்தத்திற்கு ஏற்ப, செயல் திட்டங்களில் மாற்றம் ஏற்படுத்த புலிவாழ் நாடுகளை வற்புறுத்தின. புலி உறைவிடங்களுக்கு அருகில் வாழும் மக்களுக்கு மேம்பாட்டுத் திட்டங்களை வகுத்து அவர்களையும் அத்திட்டங்களில் ஈடுபாடு கொள்ளச் செய்ய வேண்டுமென்றனர். இதற்கென பெரும் தொகைகளைக் கடனாகத் தரவும் இந்நிறுவனங்கள் இசைந்தன. புலிக் காப்பக அதிகாரிகளும் இந்தப் பரிந்துரைகளை உற்சாகத்துடன் ஏற்றுக் கொண்டனர். இந்த கொள்கை மாற்றத்தால் 1990களில் புலிப் பாதுகாப்பு முயற்சிகளில் பெரும் பின்னடைவு ஏற்பட்டது.

புலியைக் காப்பாற்றுவதில் ஒரு புதிய சிக்கல் (1990 - 1997)

1990களில் நமக்குக் கிடைத்த தகவல்படி புலி உடற்பாக வணிகம், நாமறிந்ததை விட மிகப்பெரிய அளவில் இயங்கிக் கொண்டிருந்தது. சில பன்னாட்டு அமைப்புகளின் கணிப்புப் படி சீனா, தைவான், கொரியா, ஜப்பான் முதலிய நாடுகளிலும் இந்நாட்டவர் குடியேறி இருந்த நாடுகளிலும், இவ்வணிகம் வெகுவாக அதிகரித்திருப்பது தெரிய வந்தது. 1993–1994 கால கட்டத்தில், போலீசார் ரகசியமாகத் திட்டமிட்டு நடத்திய அதிரடிச் சோதனைகளில், பதுக்கி வைக்கப்பட்டிருந்த புலி உடற்பாகக் குவியல்கள் பெருமளவில் சிக்கின. ஒரு இடத்தில் கைப்பற்றப்பட்ட குவியலில் மட்டும் 60 புலிகளின் பாகங்கள் இருந்தது கண்டறியப்பட்டது. பின்னர், இந்தியா, நேபாளம்

மற்றும் ரஷ்யாவில் நடத்திய அம்மாதிரியான சோதனைகளில் பெரும் பெரும் குவியல்கள் கிடைத்தன. அப்போது கைது செய்யப்பட்ட திருட்டு வேட்டைக்காரர்கள், புலிகள் சரணாலயங்களில் கண்காணிப்பு தளர்ந்ததால்தான் தாங்கள் இலகுவாகச் செயல்பட முடிந்தது என்று கூறினர்.

இது ஒரு புதிய சிக்கலாக உருவானது. புலியை அழிவினின்று காப்பாற்றி விட்டோம் என்று இறுமாந்திருந்த அரசு அலுவலர்களுக்கும், காட்டுயிர் ஆர்வலர்களுக்கும் இது பேரிடியாக விழுந்து, அவர்களது நம்பிக்கையைக் குலைத்தது.

பன்னாட்டு இயற்கை வளப் பாதுகாப்பு நிறுவனத்தின் பூனைப் பிரிவின் தலைவரான பீட்டர் ஜாக்சன் இருபதாம் நூற்றாண்டின் முடிவில் காட்டிலுள்ள புலிகள் யாவும் அற்றுப்போகும் என்று ஆருடம் கூறினார். கீழை நாட்டு மக்கள் தங்கள் மூட நம்பிக்கையால், புலிகளைத் தின்றே தீர்த்து விடுவார்கள் என்ற எச்சரிக்கையைப் பலரும் நம்பினார்கள். ஊடகங்களும் இம்மாதிரியான கருத்துக்களைப் பிரதிபலித்தன. சொல்லப் போனால் இன்றளவும் இத்தகைய செய்திகள் ஊடகங்களால் பரப்பப்படுகின்றன.

ஒரு கண்ணோக்கில் இது புலிக்கு நன்மை பயத்தது என்று சொல்லலாம். பன்னாட்டு இயற்கை வளப் பாதுகாப்பு நிறுவனம், உலக இயற்கை நிதியம், மற்றும் உலக காட்டுயிர்ப் பாதுகாப்புக் கழகம் இவைகளால் உந்தப்பட்ட அமெரிக்க அரசாங்கம் புலியின் சார்பில் தீவிரமாக செயல்படத் தொடங்கியது. சட்ட விரோதமான புலிகள் உடற்பாக வணிகத்தைத் தடை செய்யாவிட்டால் வர்த்தகத் தடையை விதிப்பதாக மிரட்டியது. சீனா, தென் கொரியா மற்றும் தைவான் நாடுகள் மிரட்டலுக்குப் பணிந்து காட்டுயிர்ச் சட்டங்களைத் தீவிரமாக அமுல்படுத்தின. சீனா, ஹாங்காங் மற்றும் சிங்கப்பூரில் மக்களுக்கு புலி பற்றிய விழிப்புணர்ச்சியூட்ட ஒரு இயக்கம் துவங்கப்பட்டது. சீனாவின் நாட்டு மருந்தை உபயோகிப்பவர்களுக்கு, காட்டுவாழ் புலிகள் மீது அந்தப் பயனீடு ஏற்படுத்தும் தாக்கத்தைப்பற்றி விளக்கிக் கூறப்பட்டது. இதன் விளைவாக 1995க்குப் பிறகு புலி உடற்பாக வணிகம் வெகுவாகக் குறைந்தது. ஆனால் மறைமுகமாகத் தொடர்ந்தது. இந்த வணிகம் திரைக்குப்பின் நடத்தப்பட்டதால் இதன் அளவைக் கணிப்பதும் சிரமமாயிற்று.

புலியின் உடற்பாகங்களைப் பயன்படுத்தும் பாரம்பரிய நாட்டு மருந்துகளில் நம்பிக்கை உடையவர்கள் பலர் கூண்டுப் புலிகளை வளர்த்து இனவிருத்தி செய்து மருந்து தயாரிக்கலாமே என்றனர். ஆனால், புலியின் பாதுகாப்பில் ஆர்வம்

கொண்டவர்களும் வணிகர்களும் இதை ஒரு தீர்வாகக் கருத வில்லை. புலி உடற்பாக வணிகத்தை எந்த முறையில் அங்கீகரித்தாலும், காட்டிலுள்ள புலிகள் மேல் அதன் தாக்கம் கடுமையாக இருக்கும் என்று வாதிட்டனர். திருட்டு வேட்டையில் கொல்லப்பட்ட புலிகளின் உடற்பாகங்களை, அடைப்பிட இனப்பெருக்கத்தால் பிறந்த புலிகளின் பாகங்கள் என்ற போர்வையில் விற்க முடியும். சூழியல் ரீதியாக மக்களிடையே ஒரு விழிப்புணர்ச்சி உருவாக்குவதற்காக இதுவரை நாம் எடுத்த அனைத்து முயற்சிகளும் வீணாகி விடக்கூடும். விலங்குரிமை இயக்கத்தினர், மருந்து தயாரிப்பிற்காகப் புலிகளை வளர்ப்பதின் கொடுமையைச் சாடினார்கள். அடைப்பிட இனப்பெருக்க முறை என்ற பெயரில் இன்று கூட புலிகள் மருந்து தயாரிப்பிற்காக வளர்க்கப்படுவதைச் சுட்டிக்காட்டுகிறார்கள்.

இந்தப் பிரச்சனைக்கு மற்றொரு தீர்வாக, வளர்ப்பு விலங்குகளிலிருந்தோ அல்லது எண்ணிக்கையில் அதிகமிருக்கும் வேறு காட்டு விலங்குகளிலிருந்தோ உடற்பாகங்களை, பதிலிகளாக நாட்டு மருந்துத் தயாரிப்பில் பயன்படுத்தலாம் என்பது. ஆனால் இதில் ஒரு பிரச்சனை என்னவென்றால் மருந்து தயாரிப்பவர்கள் பதிலிகளை ஏற்றுக் கொள்ள வேண்டும். ஏனென்றால் அவர்களில் பெரும்பாலோர் அறிவியல் பூர்வமான ஆய்வை ஏற்றுக் கொள்வதில்லை. எனினும் 1995க்குப் பிறகு புலிப் பாதுகாப்பாளர்களும் வணிகக் கண்காணிப்பாளர்களும் மற்றும் மருத்துவர்களும் நேரில் சந்தித்து இந்தச் சிக்கலுக்குத் தீர்வு காண முயன்று வருகிறார்கள்.

புலியின் வீழ்ச்சியைத் தடுத்தல்

பல ஆய்வாளர்கள் புலியின் அழிவு நிச்சயம் என்று தீர்க்க தரிசனம் கூறியதும், அதற்கு முக்கிய காரணம் புலியின் உடற்பாக வணிகம்தான் என்றதும் புலியின் எதிர்காலத்திற்கு இடையூறாக அமைந்தது. ஏனென்றால் இக்கூறுகள் உண்மையான பிரச்சனைகளிலிருந்து நம் கவனத்தைத் திசை திருப்பின.

முதலாவது புலி பிழைக்காது என்று கூறியது மக்களிடையே ஒரு தோல்வி மனப்பான்மையையும் அதன் எதிர்காலத்தைப் பற்றிய நம்பிக்கையின்மையையும் ஏற்படுத்தியது. மேலை நாடுகளில் உள்ள உயிரியல் காட்சிசாலைகளில் பணிபுரிபவர் புலிகளை அம்மாதிரியான காட்சிசாலைகளில்தான் காப்பாற்ற முடியுமென வாதிட்டனர். ஆகவே அடைப்பிட இனப்பெருக்கத் திட்டங்களில் பெரும்தொகைகளை முதலீடு செய்ய வேண்டும் என்றனர். இம்முறையில் இனப்

பெருக்கம் செய்த புலிகளை புலிவாழ் நாடுகளில் பாதுகாப்பான பகுதிகளை ஏற்படுத்தி அங்கே விட்டு விடலாம் என்று யோசனை கூறினர். இது போல் காட்டில் வாழும் புலிகளின் எதிர்காலம் பற்றிய அச்சம், நிதிகளை அடைப்பிட இனப் பெருக்கத் திட்டங்களுக்கு பெருமளவில் திசை திருப்பியது.

அது மட்டுமல்ல. நாட்டு மருந்துக்காக புலி கொல்லப் படுவதுதான் புலியின் அழிவிற்குப் பிரதான காரணம் என்ற முடிவு, புலி எதிர்கொள்ளும் மற்ற நெடுநாளைய அபாயங் களை நம் பார்வையிலிருந்து மறைக்கின்றது. பாதுகாக்கப்பட்ட இடங்களில் காவல், கண்காணிப்பு குறைவது போன்ற காரணங்களை நாம் மறந்துவிடக் கூடாது. புலி உடற்பாக வணிகத்தைத் தடுப்பது, விற்பவர்களைப் பிடிப்பது மற்றும் நாட்டுமருந்து பயன்படுத்தும் மக்களை விழிப்படையச் செய்வது போன்ற நடவடிக்கைகளை எடுக்கும் அதே சமயத்தில் புலியின் அழிவிற்கான அடிப்படைக் காரணத்தைக் கவனிக்க வேண்டும். இரைவிலங்குகளையும் வாழிடங்களையும் கண்போலக் காப்பது முக்கியமான பணி.

மூன்றாவதாக, விவரமான தரவு இல்லாமல், புலி வணிகத்தின் பாதிப்பை மதிப்பீடு செய்வது கடினம். முன்னர் பார்த்தபடி, இனவிருத்தி செய்யும் புலிகளுக்குப் பிறக்கும் குட்டிகளில் பல புதிய வாழிடம் தேடிப் போகும்போது மடிகின்றன. கள்ள வேட்டையால் இந்தப் புலிகளில் சில கொல்லப்பட்டால், அதன் பாதிப்பு அதிகமாக இருக்காது. மேலும், 1990களில் கண்டுபிடிக்கப்பட்ட கள்ளவேட்டை, புதிதாகத் தோன்றிய ஆபத்தா அல்லது பல ஆண்டுகளாக வேரூன்றி இருந்த பழக்கத்தை நாம் அப்போதுதான் கண்டுபிடித்தோமா என்றும் நமக்கு சரிவரத் தெரியாது.

புலியைக் காப்பாற்றும் செயல் திட்டத்தில் முக்கியமான முடிவுகளை நாம் எடுக்க ஆதாரப்பூர்வமான தரவுகள் இல்லாதது ஒரு பெரும் குறை. 1997ல், லண்டன் உயிரியல் கழகமும், புலி காக்கும் நிதியமும், உலகின் முன்னணி உயிரியிலாளர்களின் கூட்டமொன்றிற்கு ஏற்பாடு செய்தது. அமெரிக்காவின் தேசிய மீன் மற்றும் காட்டுயிர் நிறுவனமும் எக்சான் கார்ப்பரேஷனும் இணைந்து கொண்டன. லண்டன் ரீஜண்ட் பார்க் உயிரியல் பூங்காவில் இந்தக் கூட்டம் நடந்தது. புலி பற்றிய கள ஆய்வில் கண்டறிந்த அறிவியல் தகவல்கள் பரிமாறிக்கொள்ளப்பட்ட இந்தக் கூட்டத்தில் இரண்டு முக்கியக் கருத்துக்கள் உருவாகின.

முதலாவது, வேட்டையாடுவதலால் இரைவிலங்குகளின் எண்ணிக்கை சரிந்தது புலியின் அழிவுக்கு முக்கியக் காரணம்

என்பது. இந்தியாவிலும், சுமத்ராவிலும், ரஷ்யாவிலும் மற்றும் இந்தோசைனாவிலும் நடத்தப்பட்ட கள ஆய்வுகளிலும் மற்றும் மென்பொருள் உதவியுடன் செய்யப்பட்ட மாதிரி ஆய்வுகளிலும், இரைவிலங்கு குறைந்ததுதான் புலியின் வீழ்ச்சிக்குக் காரணம், வணிக நோக்குடன் செய்யப்பட்ட கள்ள வேட்டை அல்ல என்பது தெளிவானது.

இரண்டாவதாக, பாதுகாக்கப்பட்ட புலி வாழிடங்களில் கள்ள வேட்டையை ஒழிப்பது அவசியம் என்று புலி பற்றிய கள ஆய்வுகள் புலப்படுத்தின. மக்களுடைய ஆதரவும் சூழியல் சார்ந்த சுற்றுலாக்களும் புலியின் பாதுகாப்பிற்குத் தேவையான அம்சங்களாகயிருந்தாலும், உறைவிடங்களை தீவிரமாகப் பாதுகாத்து கண்காணிப்பதுதான் புலியின் முக்கியமான தேவை. புலிச் சரணாலயங்களில் காவலும் பாதுகாப்பும் குறைந்ததுதான் புலியின் நிலைமையைத் தீவிர சிக்கலுக் குள்ளாக்கியது.

நம்மிடம் சரியான புள்ளி விவரம் இல்லாததால் புலியின் பாதுகாப்பிற்கு அடிப்படையான காரணிகளின் மீதிருந்த கவனம் வேறு பக்கம் திரும்பியது. பாதுகாக்கப்பட்ட உறை விடங்களில் புலியின் எண்ணிக்கை பெருகிய விவரங்கள் சரியாகப் பதிவு செய்யப்படவில்லை. இச்சரணாலயங்கள் அறிவியல் பூர்வமாக பராமரிக்கப்பட்டதால்தான் புலி இங்கே பெருகியது என்பதும் பதிவு செய்யப்படவில்லை. இதன் விளைவு என்னவென்றால், புலிகளைக் காப்பாற்ற எடுக்கப்பட்ட முயற்சிகள் அளித்த பயனை யாரும் உணரவில்லை.

லண்டனில் அன்று கூடிய புலி ஆய்வாளர்கள் ஏற்றுக் கொண்ட ஒருமித்த கருத்து என்னவென்றால், புலியைப் பற்றிய அறிவியல் பூர்வமான விவரங்களுக்கேற்ப நம் செயல் பாடு அமைய வேண்டும் என்பதே. அறிவியல் தரவுகளும் சமுதாயத்தைப் பற்றிய புரிதலுமே புலிப் பாதுகாப்பின், அடிப் படையாக இருக்க வேண்டும். இருபத்தியோராம் நூற்றாண் டில் புலிப் பாதுகாப்பு நடவடிக்கைகள், அதிக எதிர்பார்ப்பின்றி, சீரான பாதையில் செல்ல வேண்டும்.

1990களில் புலியைக் காப்பற்ற பல புதிய அணுகுமுறைகள் மேற்கொள்ளப்பட்டன. அதில் சில புலிவாழ் நாடுகளின் அரசுகளிடமிருந்தும், வெளியிலிருந்தும் உருவாகின. வேறு சில அணுகுமுறைகள் சில பன்னாட்டு நிதியுதவி நிறுவனங் களால் ஆரம்பிக்கப்பட்டன. பல அணுகுமுறைகள் பன்னாட்டு தன்னார்வக் குழுக்களிடமிருந்து உருவாகின. அப்படிப்பட்ட சில குழுக்கள் வினையூக்கிகளாகச் செயல்பட்டன. புலியின்

எதிர்காலத்தில் ஆர்வம்கொண்ட பலர் தங்களது ஆதரவைத் தந்தனர்.

இந்தப் புதிய நடவடிக்கைகள் பல விதமாக உருவெடுத்தன; மோட்டார் வண்டிகள், படகுகள், தொலைத் தொடர்பு உபகரணங்கள், துப்பாக்கிகள் மற்றும் கள ஆய்வுக்கு வேண்டிய உபகரணங்கள் இவற்றை அளிப்பது; கள ஆய்வு மற்றும் கள மதிப்பீடு; வணிகத்தைக் கண்காணிப்பது; சட்ட ரீதியான செயல்பாடுகள்; அருகில் வாழும் மக்களிடையே காட்டுயிர் பாதுகாப்பு பற்றி விழிப்புணர்வை ஏற்படுத்துவது என்று பல. இந்த அணுகுமுறைகளில் சில பயனளித்திருக்கின்றன. வேறு சில ஒரு விளைவையும் உண்டாக்கவில்லை. இன்னும் வேறு சில செயல்பாடுகள் நல்லெண்ணத்துடன் ஆரம்பிக்கப்பட்டிருந்தாலும் புலிக்குத் தீங்கு விளைவித்திருக்கலாம். எல்லா அணுகுமுறைகளையும் இந்த நூலில் மதிப்பீடு செய்வது இயலாத காரியம். அடுத்த பகுதியில் இருபத்தியோராம் நூற்றாண்டிலும் பின்னரும் புலியை அழிவினின்று காப்பாற்றி சரிவரப் பராமரிக்க என்ன செய்யலாம் என்பது பற்றிப் பார்க்கலாம்.

குதிரேமுக்கிலுள்ள இரும்புத்தாதுச் சுரங்கம் போன்ற பொருளாதார மேம்பாட்டுத் திட்டங்கள் புலியின் வாழ்விடத்தை துண்டாடிச் சிதைப்பது மட்டுமல்லாமல், காட்டைச் சீரழித்து, நீர், மண் வளத்தைக் குலைக்கின்றன.
© நிரேன் ஜெயின்

புலியை நம்மால் காப்பாற்ற முடியுமா?

உலகின் புலிகள்

இயல்பாக வாழும் புலிகள் பற்றி சூழியல் ரீதியில் இதுவரை நாம் நம் அனுபவத்தில் தெரிந்து கொண்டவற்றை (அல்லது தெரிந்து கொண்டிருக்க வேண்டியவற்றை) தொகுத் தளிக்கும் முயற்சியே இந்தப் பகுதி. இந்தத் தொகுப்பு, புலிப் பாதுகாப்பிற்கு நாம் 'இதுதான் எல்லாக் காலத்திற்கும் உகந்தது' என்று எந்த ஒரு திட்டத்தையும் பயன்படுத்த முடியாது என்ற உண்மையைப் புலப்படுத்துகிறது. சீரான நோக்குடன், தருணத்திற்கேற்ப, அறிவியல் அடிப்படையில் எடுக்கப்படும் நடவடிக்கைகளே காட்டிலுள்ள புலிகள் பல்கிப் பெருக வழி செய்யும். இந்தப் பணியின் ஒரு முக்கியத் தேவை புலிக்கு மக்களின் ஆதரவைத் திரட்டுவது. யாராக இருந்தாலும் அவர் இப்பணியில் தன் பங்களிப்பைத் தரலாம். புலி இனி பிழைக்காது என்று ஓலமிடுபவர்கள் பேச்சைக் கேட்டு நாம் தொய்ந்து போகத் தேவையில்லை.

இன்று இவ்வுலகில் அடைப்பிலிருக்கும் புலிகளின் எண்ணிக்கை, காடுவாழ்புலிகளின் எண்ணிக்கையைவிட அதிகம் என்பது உங்களுக்கு வியப்பூட்டலாம். மூன்று அல்லது நான்கு மடங்கு அதிகமாயிருக்கலாம்! அடைப்பிடத்தில் புலி இனப்பெருக்கம் செய்வது நாம் நினைப்பது போல, சிரமமான வேலையல்ல. நன்கு பராமரிக்கப்படும் அடைப்பிடப் புலிகள் ஒரு கோணத்தில் காட்டுப் புலிகளின் பாதுகாப்பிற்கு உதவுகின்றன. மக்களிடையே காடுவாழ்புலிகள் பற்றிய ஒரு விழிப்புணர்ச்சியை உண்டுபண்ண முடியும். இதைத் தவிர,

காட்டுயிர் சார்ந்த சட்டங்களைத் தீவிரமாக செயல்படுத்தி, மக்களின் ஒத்துழைப்புடன் சரணாலயங்களைப் பாதுகாப்பதுதான் புலியைக் காப்பாற்றும் உத்திகளின் அடிப்படையாக இருக்க வேண்டும்.
© ஹர்ஷவர்தன் தன்வந்த்தே

காட்டுப் புலிகளைக் காப்பற்றுவதில், கூண்டுப் புலிகளுக்கு வேறு பங்கில்லை. அடைப்பிடத்தில் இனவிருத்தி செய்யப் பட்ட புலிக் குட்டிகளைக் காட்டில் விடுவதால் பயனொன்று மில்லை.

கானுறை வேங்கை அற்றுப் போனதற்கான காரணிகளை நாம் எதிர்கொள்ளாவிட்டால், அடைப்பிட இனப்பெருக்கத் திட்டங்கள் மூலம் பிறந்த புலிகளைக் காட்டில் விட்டாலும், அவையும் அற்றுப்போக நேரிடும். எளிமையாகச் சொல்ல வேண்டுமானால், காடுவாழ்புலிகளை காப்பாற்றும் முயற்சி களில் ஈடுபடுவது, கூண்டுப் புலிகளை இனவிருத்தி செய்வதில் நிதியை முதலீடு செய்வதைவிட மிக உசிதமானது. புலிகள் வாழ்வதற்கு காடுகள் வேண்டுமே. வாழிட இழப்பு, புலிகளை யும் அதன் இரைவிலங்குகளையும் வேட்டையாடல் இவற் றால்தான் புலிகள் பெருவாரியான இடங்களிலிருந்து அற்றுப் போயின. இந்தப் பிரச்சனைகளை சரிவர எதிர்கொண்டால், புலிகள் மறுபடியும் தலை தூக்க முடியும். பல இடங்களில் இத்தகைய மறுவருகை நிகழ்ந்துள்ளது.

புலியைக் காப்பாற்றும் முயற்சிகள் கடந்த ஐம்பது ஆண்டு களாக எடுக்கப்பட்டுவருகின்றன. ஆயினும் புலி பற்றி நாம் அறிந்திருப்பது சொற்பமே. கள ஆய்வுகளை சீராகச் செய்யாதது இதற்கு ஒரு காரணம். 1996ல், காட்டுயிர்ப் பாதுகாப்புக் கழகமும் இயற்கைக்கான உலக நிதியமும் இணைந்து, புலிகள் எங்கெல்லாம் வாழ்கின்றன என்ற விவரத்தைத் திரட்ட முயன்றன. செயற்கைக் கோளிலிருந்து எடுத்த புகைப்படங் களுடன், புலிவாழ் நாடுகளில் உள்ள விவரமறிந்த காட்டுயிர் ஆர்வலர்களிடமிருந்து தகவல்களைத் திரட்டினார்கள். புலிவாழ் நாடுகளில் உள்ள உறைவிடங்கள் பற்றிய ஒரு வரைபடம் முதல்முதலாக உருவாக்கப்பட்டது. ஆனால் இவ்வரைபடங்கள் தெற்காசியாவைப் பொறுத்தமட்டில் தான் துல்லியமாக அமைந்தன. அங்கே வாழிடங்கள் சிறியன வாயிருப்பதும் புலி பற்றி அறிந்தவர்கள் கணிசமாக இருப்பதும் காரணமாயிருக்கலாம். இந்த வரைபடங்கள் காடுகளின் பரவலைக் காட்டின. புலிகளின் உறைவிடங்கள் பற்றிய விவரங்களைச் சரியாகக் காட்டவில்லை. உலகில் புலிகள் எங்கெல்லாம் வாழ்கின்றன என்றறிய, சீரிய முறையில் செயல் படுத்தப்படும் கள மதிப்பீடுகள் தேவை.

இந்த இரு நிறுவனங்களின் கூட்டு முயற்சி, மற்ற நிதியளிக் கும் அமைப்புகளுக்கு ஒரு வழிகாட்டியாய் அமைந்தது. புலி கள் அவைகளின் ஆசிய உறைவிடங்களில்தான் பாதுகாக்கப்பட

முடியும். மேற்கத்திய உயிரியல் பூங்காக்களில் அல்ல என்பதை இம்முயற்சி வலியுறுத்தியது. இரண்டாவதாக, புலிகளுக்குள் உட்சிற்றினங்களைப் பாதுகாப்பதைவிட காடுவாழ்புலிகளை ஒட்டு மொத்தமாக அவைகளின் வாழிடங்களிலேயே பாதுகாப்பதே சிறந்தது எனவும் இவ்விரு அமைப்புகளின் அறிக்கை காட்டியது. உறைவிடங்களின் பரப்பு, அங்கு வாழும் புலிகள் எதிர்கொள்ளும் அபாயங்கள் இவைகளை வைத்து புலிவாழ் பகுதிகளை முன்னிலைப் படுத்தியது. சில வாழிடங்களில் புலிகள் வெகு குறைவான எண்ணிக்கையிலிருந் தாலும், அவை பெருக வாய்ப்புண்டு என்றது இந்த அறிக்கை. புலியின் உறைவிடங்களை புலிப் பாதுகாப்பு அலகுகள் என்ற அளவில் பிரித்தனர். இந்தக் கருதுகோள், உலக அளவில் புலிப் பாதுகாப்புச் செயல்பாடுகளில் முன்னுரிமை யளிக்க பயன் படுத்தப்படுகிறது.

புலிகள் இன்று பதின்மூன்று நாடுகளில் பரவியிருக்கும் ஆறு உயிரியப்பகுதிகளில் வாழ்கின்றன. இந்திய உபகண்ட உயிரியப் பகுதி (இந்தியா, நேபாளம், பூடான் மற்றும் பங்களாதேஷ்) ஐந்து விதமான புலியின் உறைவிடங்களை உள்ளடக்கியுள்ளது. இவை வண்டல் புல்வெளிகள், சுரபுன்னைக் காடுகள், வெப்ப மண்டலக் காடுகள், வெப்ப மண்டல இலையுதிர் காடுகள், வறண்ட காடுகள், மழைக் காடுகள் ஆகும். இந்தோசீனா உயிரியப் பகுதியில் (மயன்மார், தாய்லாந்து, லாவோஸ், கம்போடியா, வியத்நாம் நாடுகள்) காணப்படும் உறைவிடங்கள் ஒரே மாதிரியானவை. தென் கிழக்கு ஆசியாவிலுள்ள உயிரியப் பகுதி (மலேசிய தீபகற்பம், சுமத்ரா தீவு) மழைக் காடுகள் கொண்டது. தென்சீன உயிரியப் பகுதி வெப்ப மண்டல மற்றும் உயர்நிலக் காடுகளால் ஆனது. தூரக்கிழக்கு ரஷ்யாவிலுள்ள புலி உறைவிடங்கள், ஊசியிலைக் காடுகள் மற்றும் ஊசியிலையும் அகல இலையும் கலந்த காடுகளாக இருக்கின்றன.

இந்த ஐந்து உயிரியத் தொகுதிகளிலுள்ள புலி உறைவிடங் களின் மொத்தப் பரப்பு வியக்கத்தக்க 13,68,508 சதுர கி.மீ. ஆகும். இதில் 4,15,000 சதுர கி.மீ. இந்திய உப கண்டத்தில், 627,000 சதுர கி.மீ. இந்தோசீனாவில் 164,508 சதுர கி.மீ. தென்கிழக்காசியாவில் 156,000 சதுர கி.மீ. ரஷ்ய தூரக்கிழக்கில், மற்றும் 6000 சதுர கி.மீ. சீனாவில் என பரவிக் கிடக்கின்றன. புலிவாழ் நாடுகளிலெல்லாம் பிரச்னைகளிருந்தாலும், உலகின் பல பகுதிகளில் அவை பெருகி வாழ வனப்பகுதிகள் இன்றும் உள்ளன. இந்தக் காடுகளின் சிறுபகுதியையச் சீராகப் பாதுகாத் தால் கூட புலியை மீட்டெடுக்க முடியும்.

புலிவாழ் நிலப்பரப்பைக் காத்தல்

இன்று பதின்மூன்று புலிவாழ் நாடுகளில் உள்ள காடுகளில் புலிக்காப்பகங்களாக இருக்கும் இடங்களின் பரப்பு, மொத்த வனப்பரப்பில் 20 விழுக்காடே. இந்த நாடுகளின் மொத்த நிலப்பரப்பில் இது 5 விழுக்காடுதான். இந்தச் சிறு பகுதியை கவனமாகப் பாதுகாப்பதில்தான் புலியின் எதிர் காலமே அடங்கியுள்ளது.

புலியை அழிவினின்று காப்பாற்றுவதற்கு காட்டுயிர் ஆர்வலர்கள் செய்யவேண்டிய முக்கியப் பணி ஒன்று உண்டு. புலியின் வாழிடத்தில் காவலையும் கட்டுப்பாடுகளையும் இம்மியளவும் தளர்த்தக் கூடாது என்ற கருத்தை மக்களிடையேயும், பதவியில் இருப்பவர்களிடையேயும் பரப்ப வேண்டும். புலி மறைந்தால் தாங்கள் இழக்கக்கூடியது ஒரு மகத்தான கலாச்சாரக் குறியீட்டை மட்டுமல்ல, அதன் வாழிடமான காடுகள் தரக்கூடிய சமூக, பொருளாதாரப் பயன்களையும் தாம் என்ற நிதர்சன உண்மையை மக்கள் உணரும்படிச் செய்ய வேண்டும். புலி அற்றுப்போகாமல் காப்பாற்ற வேறு குறுக்கு வழியே கிடையாது.

கள்ளவேட்டை பற்றிய சட்ட திட்டங்களைத் தீவிரமாக அமல்படுத்தவும் காடு சுருங்கி விடாமல் கண்காணிக்கவும், வாழிடம் துண்டாடப்படாமல் பாதுகாக்கப்படவும் உயிரினங்கள் அழிக்கப்படுவதிலிருந்து காப்பாற்றப்படவும் சமூக, அரசியல் ரீதியான ஈடுபாடும் ஆதரவும் தேவை. இவைகளைச் செயல்படுத்த ஆயுதம் தரித்த காவலர், தகவல் திரட்டும் அமைப்பு இவை அவசியம். அத்துடன், அத்துமீறும் மேய்ச்சல்களையும், மரம் வெட்டல் மற்றும் வனப் பொருட்களைச் சேகரிப்பது போன்ற ஊடுருவும் நடவடிக்கைகளைத் தடுக்கும் திறனும் தேவை. புலி உறைவிடங்கள் மத்தியில் வசிக்கும் மக்களை வேறிடத்தில் குடியமர்த்த நேரலாம். அங்கே அவர்களுக்கு வாழவும், சாகுபடி செய்யவும் நிலம் தரப்பட வேண்டியிருக்கும்.

இத்தகைய தீர்வுகளைச் செயல்படுத்த பல முக்கிய முடிவுகள் எடுக்கப்படவேண்டும். அம்முடிவுகளின் தாக்கம் புலிகளை மட்டுமல்லாது அங்கு வாழும் மக்களையும் வெகுவாக பாதிக்கும். புலிவாழ் நாடுகளில் இத்தகைய முடிவுகளை எடுப்பது இராணுவத்தின் கைகளிலும், அரசு அதிகாரிகளின் கைகளிலும், தேர்தல் மூலம் பதவிக்கு வந்தவர்களின் கைகளிலும் பாரம்பரியத் தலைவர்களின் கைகளிலும் தான் இருக்கின்றது. தனி நபரிடமோ, அல்லது நிலக்கிழார்களின் கூட்டமைப்பினிடமோ இல்லை. அரசியல் அதிகாரம்

பல தளங்களில் விரவியிருக்கலாம். அதிகாரிகள் தேர்ந்தெடுக்கப் பட்டவர்களாக இருக்கலாம் அல்லது ஆட்சியை பலவந்தமாகக் கைப்பற்றி இருக்கலாம். வனக்காப்புக் கோட்பாளர்களிடம் எந்தவிதமான மேலாண்மை அமைப்பு புலிக் காப்பகங்களை பராமரிக்க உகந்தது என்பதில் கருத்தொற்றுமை இல்லாம லிருக்கலாம்.

ஆனால், புலி சூழியல் ரீதியாகத்தான் பாதுகாக்கப்பட வேண்டும் என்பதிலும், அவைகளுக்கு நன்கு கண்காணிக்கப் படும் காப்பகங்கள் தேவை என்பதிலும் மாற்றுக்கருத்து எதுவுமில்லை. காப்பகங்களை கண்காணிக்கும் அலுவலர் களின் முழு ஈடுபாடு இல்லாமல் புலிகள் வெகுநாட்களுக்குப் பிழைத்திருக்க முடியாது. முன்னர் இருந்த இடங்களிலிருந்து அவை மறைந்து போனது இந்த உண்மையை உறுதிப் படுத்துகிறது.

முன்னர் பார்த்தபடி, புலிகள் பரந்த நிலப்பரப்பில் நடமாடுகின்றன. பாதுகாக்கப்பட்ட இடங்களுக்கு வெளியே யும் சென்று மற்ற வாழ்விடங்களிலுள்ள புலிகளுடன் தொடர்பு வைத்துக் கொள்கின்றன. புலியின் வாழிடத்தில் பிரச்னை ஏற்படுவது மனிதர்களின் பேராசையால் மட்டுமல்ல. அவர் களது அன்றாட வாழ்வின் தேவைகள், புலியின் சூழியல் தேவைகளுடன் மோதுவதாலும்தான். புலியின் உறைவிடங் களில் மனிதர்களின் தாக்கத்தைக் குறைக்க வேண்டுமானால், இந்தப் பாதுகாக்கப்பட்ட இடங்களைச் சுற்றியுள்ள பகுதியை யும் வளமாக்க வேண்டும். அதாவது மனிதர்களின் தேவை களை அந்தப் பிரதேசம் நிறைவேற்ற வேண்டும். ஆகவே, புலிக் காப்பகங்களைப் பாதுகாக்கும் அதே சமயம் சமூக, பொருளாதார மற்றும் நில மேம்பாட்டுத் திட்டங்களை சரணாலயங்களுக்கு வெளியேயும் செயல்படுத்த வேண்டும். அப்போதுதான் புலியின் உறைவிடத்தின் மனிதரின் தாக்கம் குறையும்.

அது போலவே, நாடு தழுவிய பொருளாதார மாற்றங் களுக்கும், வனப்பாதுகாப்புக் கோட்பாடுகளுக்கும் நேரடி சம்பந் தம் இல்லாமலிருந்தாலும், நிலத்தைப் பயன்படுத்தும் முறையில் மாற்றங்களை உருவாக்கி, காட்டின் மீதான பாதிப்புக்களை நாம் குறைக்க முடியும். ஆனால் நடப்பது என்னவென்றால் புலியின் உறைவிடங்கள் மேல் ஏற்படும் பாதிப்புகளை பொருளாதார சக்திகள் தீவிரமாக்குகின்றன. அரசு, வணிக நிறுவனங்கள், விவசாயிகள், தொழிலதிபர்கள் மற்றும் பன்னாட்டு நிதியகங்கள் இவைகளே நிலப்பயன்பாட்டில் மாற்றத்தைக் கொண்டுவரக்கூடிய அமைப்புகள்.

வனப்பாதுகாப்புடன் இணைந்த வளர்ச்சித் திட்டங்கள் நிலப் பயன்பாட்டின் முறைகளில் மாற்றத்தை உண்டுபண்ணு கின்றன என்ற பரவலான கருத்து உண்டு. ஆனால் இந்தியா வில் புலியின் உறைவிடங்களைச் சார்ந்த இவ்வளர்ச்சித் திட்டங்கள் பற்றிய நமது புரிதல் வேறுவிதமாக உள்ளது. பொருளுதவி நிறையக் கிடைத்தும் இந்த வளர்ச்சித் திட்டங் கள் புலியின் பாதுகாப்பிற்குப் பயன் தரும் வகையில் எதையும் சாதித்துவிடவில்லை. இன்னும் சொல்லப்போனால் சில இடங்களில் புலி வாழ்விடத்தின் மீது ஏற்படும் பாதிப்பு மேலும் கடுமையாக்கப்பட்டுள்ளது. புலி வாழும் நிலப்பரப்பில் எந்தவிதமான சமூக அமைப்புகளை உருவாக்கினால் புலிக்கு உதவக்கூடும் என்று வனப்பாதுகாப்புக் கோட்பாளர்கள் இன்றும் காரசாரமாக விவாதித்துக்கொண்டிருக்கிறார்கள்.

புலிக்கு மக்களின் ஆதரவைத் திரட்டுதல்

பெரிய உருவம், ஊனுண்ணல், மறைந்து வாழ்வது போன்ற உயிரியல் பூர்வமான இயல்புகளை புலிகள் மாற்றிக் கொள்ள முடியாது. மனிதருக்கும் புலிக்கும் மோதலை ஏற்படுத்துவதும் இவைதான். ஆகவே, வேங்கையை காப்பாற்ற வேண்டுமானால் மனிதராகிய நாம் புலிகள் பற்றிய நம் நோக்கை மாற்றிக் கொள்ள வேண்டும். ஆனால் மனிதர் தம் அணுகுமுறைகளை மாற்றிக் கொள்வது கடினம். அதிலும் அருகில் வாழும் மக்களின் அன்றாடத் தேவைகளும் புலியின் தேவைகளும் மோதிக் கொள்ளும்போது அணுகுமுறையை மாற்றுவது மேலும் கடினமாகிறது.

பல தளங்களில் மனிதர், புலியைப் பற்றிய தமது நோக்கை மாற்றிக் கொள்வது அவசியமாகிறது. முதலாவதாக, புலிகள் வாழிடங்களுக்கு அருகாமையில் வசிக்கும் குடியானவர்கள், தொழிலாளிகள் மற்றும் வணிகர்கள் தங்கள் அணுகுமுறையைத் திருத்திக் கொள்ள வேண்டும். இவர்கள் புலியின் வாழிடத்தைச் சுரண்டித்தான் பொருளீட்டுகிறார்கள். ஆகவே, மாற்றத்தை ஏற்படுத்துவது சிரமமாகிறது.

சமூகத்தின் மற்ற அங்கங்களிலும் இத்தகைய மாற்றம் தேவைப் படுகிறது. புலி சரணாலயங்களை மேலாண்மை செய்யும் அலுவலர் அரசுக்கு வருவாயைத் திரட்டும் நோக் கத்தை மறந்து, சட்ட திட்டங்களைத் தீவிரமாகச் செயல் படுத்தி, புலிகளுக்குப் பாதுகாப்பு அளிக்க வேண்டும். வளர்ச்சித் திட்டங்களைக் காப்பகங்களில் செயல்படுத்தும் அரசு அலுவலர்கள், வணிகத்திலும், தொழிலும் ஈடுபட்டிருப்போர், புலியின் தேவைகளுடன் போட்டியிடும் சுற்றுலாப் பயணத்

தொழில் என பலரும் தங்களின் நோக்கை மாற்றிக் கொள்ள வேண்டும். கடைசியாக புலியின் வாழிடங்களிலிருந்து கிடைக்கும் வனப்பொருட்களை, உள்ளூர் மற்றும் உலகச் சந்தையில் வாங்கும் லட்சக்கணக்கான பயனீட்டாளர்களும் மனம் திருந்த வேண்டும். இவர்கள் வாங்கிப் பயன்படுத்தும் பல பொருட்கள் – இறைச்சி, பால் சார்ந்த பொருட்கள், விறகு, மரம், ஊறுகாய் மற்றும் சுருட்டு போன்றவை – புலியின் வாழிடத்திலிருந்துதான் கிடைக்கின்றன. ஆனால் அவற்றை வாங்குபவர்களுக்கு இப்பொருட்கள் எங்கிருந்து வருகின்றன என்பது தெரியாது.

புலி ஆய்வாளர் ஜான் சைடன்ஸ்டிக்கர் புலி பற்றிய மனிதரின் அணுகுமுறையை மாற்ற ஒரு கருதுகோளை உருவாக்கினார். 'மக்கள் பார்வையில் உயிருள்ள புலியை, செத்த புலியை விட பன்மடங்கு விலை யுயர்ந்ததாக மாற்று வது.' பலதரப்பட்ட மக்கள் புலியின் மீது பல்வேறு பாதிப்பு களை ஏற்படுத்திக் கொண்டிருக்கிறார்கள். இவர்களது தேவை களும் வேறுபட்டு இருக்கும். ஆகவே அவர்களது நோக்கில் மாற்றத்தை உண்டாக்க பல்வேறு விதமான உத்திகளைக் கையாள வேண்டியிருக்கும். இந்த விஷயத்தில் நாம் நினைவில் கொள்ள வேண்டியதென்னவென்றால் எல்லாருமே புலியின் மதிப்பீட்டைப் பொருளியல் ரீதியாகப் புரிந்து கொள்ள முடியாது. வனவிலங்கு ஆர்வலர்களாலும் பொருளியல் சார்ந்த விளக்கம் தரமுடியாது. யாரிடம் பேசுகிறோம் என்பதற்கேற்ப விளக்கங் களும் வாதங்களும் வேறுபட்டிருக்க வேண்டும்.

சில இடங்களில் மக்கள் புலிகளிடமிருந்து நேரடியான பொருளாதார நன்மைகளைப் பெறலாம். அம்மாதிரியான இடத்தில் வனப் பாதுகாப்பிற்கு மக்களது ஆதரவைத் திரட்டு வது எளிது. ஆனால் இந்தியாவில் நிலைமை அவ்வாறில்லை. ஆப்ரிக்க புல்வெளிக் காடுகளில் சுற்றுலாப் பயணிகள் வருகையால் அங்கு வாழும் மக்கள் நல்ல வருமானத்தைப் பெறுகிறார்கள். அதுமட்டுமல்லாது, புல்வெளிக்காடுகளில் சாகுபடி செய்து பொருளீட்டுவது சிரமமானதால் சுற்றுலாப் பயணிகளை மக்கள் இங்கு வரவேற்கின்றனர். ஆனால் ஆசியாவிலுள்ள புலிவாழ் காடுகளில் மரம் வெட்டியோ அல்லது வனப்பொருட்களை சேகரித்தோ பொருளீட்டுவது எளிது. அதுமட்டுமல்ல. புலி வாழிடங்களுக்கருகில் மக்கள் நெருக்கமாக வாழ்கின்றனர். பல தளங்களில் இயங்குகின் றனர். ஆகவே, புலியைப் பாதுகாப்பதால் யார் யாருக்கு எந்தெந்த நன்மைகள் கிடைக்கும் என்று பிரித்தறிந்து விளக்க முடியாது.

எனவே, புலியைக் காப்பாற்றுவதால் அங்கு வாழும் மக்களுக்குப் பொதுவாக என்ன நீண்ட கால அனுகூலங்கள் கிடைக்கும் என்று விளக்கலாம். எடுத்துக்காட்டாக, நீர் நிலவளம், மரபணு மூலப்பொருட்கள் மற்றும் கலாபூர்வமான மதிப்பீடுகள் ஆகியவற்றைச் சுட்டிக் காட்டலாம்.

ஆசியா முழுவதிலும் புலி ஒரு பண்பாட்டு, சமயக் குறி யீடாக இருந்திருக்கிறது. இன்றளவும் மக்களிடையே புலிக்கு ஒரு அச்சம் கலந்த மரியாதை உண்டு. அதிலும் தெற்காசியா வில் இது அதிகம். இத்தகைய பண்பாட்டு மதிப்பீட்டை புலியின் பராமரிப்பிற்கு நாம் பயன்படுத்திக் கொள்ளமுடியும். இதன்மூலம் மக்கள் ஆதரவைத் திரட்ட முடியும். இருவகை மக்களும் வேட்டையாடினாலும் ஆசிய விவசாயி, புலியிடம் காட்டும் அணுகுமுறை, அமெரிக்காவிலுள்ள ஒரு மாட்டுப் பண்ணை முதலாளி ஜாகுவாரிடம் காட்டும் அணுகுமுறை யினின்று முற்றிலும் வேறுபட்டது. இம்மாதிரியான ஆசிய கலாச்சார இயல்புகளை புலியைக் காப்பாற்றும் பணியில் இணைத்துக் கொள்ளலாம்.

வெற்றியா - தோல்வியா அளவிடுவது எவ்வாறு?

புலிகளைக் காப்பாற்றுவது ஒரு சிக்கலான விஷயம் என்பது தெளிவு. இதில் பலருடைய பங்களிப்பு தேவையா யிருக்கிறது. இதற்கு வகுக்க வேண்டிய வியூகங்களும், செயல் படுத்த வேண்டிய உத்திகளும் வேறுபடுகின்றன. சூழியல் ரீதியாகப் பார்க்கும்போது, புலி அழிவு நிலையிலிருக்கும் ஒரு கொல்லுயிரி. அது வாழும் நிலப்பரப்பு, பொருளாதாரம் மற்றும் புலியைச் சுற்றி வாழும் மனித சமூகம் இவை வெகுவாக மாறிவிட்டிருக்கின்றன. கடந்த ஐம்பது ஆண்டுகளில் இருந்ததை விட வரும் ஆண்டுகளில் புலியைப் பாதுகாக்கும் பணி மேலும் சிக்கல் நிறைந்ததாக இருக்கும்.

இம் முயற்சிகள் வெற்றி பெற வேண்டுமென்றால் புலியை காப்பாற்றும் நடவடிக்கைகளை அவ்வப்போது மறுமதிப்பீடு செய்ய வேண்டும். மற்றத் தொழில் போலவே இதிலும் நாம் வரவு, செலவுக் கணக்குப் பார்க்க வேண்டும். எவ்வளவு பணம் செலவழிக்கப்பட்டிருக்கிறது என்பதை வைத்து ஒரு திட்டத்தின் வெற்றியை காட்டுயிர்ப் பாதுகாப்பு ஆர்வலர்கள் மதிப்பிட முயல்கிறார்கள். புலிக்காக எவ்வளவு பணம் திரட்டப்பட்டிருக்கிறது என்றோ அல்லது செலவிடப்பட்டிருக் கிறது என்றோ கணக்குப் போட்டு வெற்றியை நிலைநாட்ட முற்படுவார்கள். வேறு சில சமயங்களில் மக்களிடையே அவ்வப்போது பீறிட்டு எழும் ஆர்வத்தைக் கொண்டு தங்கள்

முயற்சியின் வெற்றியை நிர்ணயிப்பார்கள். எடுத்துக்காட்டாக புலிக்கான ஒரு பேரணிக்கு எத்தனை மாணவர்கள் திரண்டனர் என்பதைக் கணக்குப் போடுவது, சில வனப்பாதுகாப்பு நிறுவனங்களும், வளர்ச்சி மையங்களும், கிராமப்புற வருமானம் கூடுவதையும் வேலை வாய்ப்பு உருவாகுவதையும் வைத்து தங்கள் திட்டத்திற்கு வெற்றியா தோல்வியா என்று கணிக்கிறார்கள்.

மேற்கூறிய அளவுகோல்கள் எதுவுமே சரியாக இருப்பதில்லை என்பதுதான் புலியைப் பாதுகாப்பதில், ஐம்பது வருட அனுபவம் நமக்குக் கற்றுத் தந்தது. இந்த அளவுகோல்கள், நமது எல்லா முயற்சிகளும் தோல்வியைத் தழுவி, புலிகள் அழிந்து கொண்டிருக்கும் வேளையில் கூட நாம் வெற்றி பெற்றுக் கொண்டிருக்கிறோம் என்ற மாயையை ஏற்படுத்தலாம். ஆகவே இவ்விஷயத்தில் ஒரு நேரடியான அலகு தேவையாகிறது. நமது அடிப்படை நோக்கம் பணத்தைத் திரட்டுவதோ, செலவழிப்பதோ, செல்வத்தை உருவாக்குவதோ அல்லது வேலை வாய்ப்பைப் பெருக்குவதோ அல்ல. புலியை அழிவினின்று காப்பாற்றும் முயற்சிகளுக்கு இவை துணை விளைவுகளாக ஒருவேளை வரலாம். ஆனால் நமது பிரதான நோக்கம் புலியைக் காப்பாற்றுவதே. ஆகவே நாம் பயன்படுத்தும் உத்திகள் புலிகளின் நிலைமையைத் துல்லியமாகக் கண்காணிக்க உதவ வேண்டும்.

சூழியல் ரீதியாக புலிகளைக் கண்காணிக்கும் பணி பல்வேறு தளங்களில் செயல்பட வேண்டும். நிலப்பரப்பு அளவில், புலியின் உறைவிடங்கள் குறைகின்றனவா அல்லது விரிவடைகின்றனவா என்று பார்க்க வேண்டும். ஒரு சரணாலயத்தின் பரப்பில் புலிகளின் எண்ணிக்கை அதிகரிக்கின்றதா, குறைகின்றதா அல்லது நிலைகொண்டிருக்கின்றதா என்பதைக் கண்டறியவேண்டும். அதே சமயத்தில் புலிகள் மற்றும் இரை விலங்குகளின் மீதும், புலி உறைவிடங்கள் மீதும் மனிதர்களின் தாக்கம் எவ்வாறு இருக்கிறது என்று அறிந்துகொள்ள வேண்டும். இவையெல்லாம் எளிதாகச் செய்யக்கூடிய வேலைகள் அல்ல. தரமான அறிவியல் உபகரணங்களை வைத்துத்தான் இவ் விவரங்களைத் திரட்ட முடியும். ஆனால் இதற்குப் பெருமளவில் நிதி தேவையில்லை; தீவிர அறிவியல் ஈடுபாடுதான் அவசியம்.

அரசு அதிகாரிகளே பெரும்பாலும் புலிசார்ந்த பணிகளை செய்வதால் அவைகளைக் கண்காணிப்பதும் மதிப்பீடு செய்வதும் சிரமமாகின்றது. இத்தகைய கண்காணிப்புகளிலிருந்து ஆதாரப் பூர்வமான விவரங்களோ அல்லது புலிகளின் எண்ணிக்கை பற்றிய தரவுகளோ நமக்கு கிடைத்ததில்லை.

இதுவரை நமக்குக் கிடைத்திருக்கும் அறிவியல் பூர்வமான தரவுகள் தனிப்பட்ட முறையில் அல்லது சில ஆய்வாளர்கள் அரசுத் துறையுடன் இணைந்து, நேபாளம், இந்தியா, ரஷ்யா ஆகிய நாடுகளில் நடத்திய களப்பணி மூலம் கிடைத்ததே. அரசுசாரா நிறுவனங்களிலுள்ள ஆர்வலர்கள் ஆராய்ச்சியாளர் களுடன் சேர்ந்து களப்பணியில் ஈடுபட்டால் சீரான தரவுகளை உருவாக்க முடியும்.

புலியைக் காப்பாற்ற முடியுமா?

வேங்கை எவ்வாறு நெடுங்காலமாக மனிதர்களை தனது கம்பீரத்தின் மூலம் வசீகரித்திருக்கிறது என்பதை இந்நூலில் பல இடங்களில் சுட்டிக் காட்டியிருக்கிறேன். இன்றும் உலகெங்கும் மக்கள் புலியின் எதிர்காலத்தைப் பற்றி அக்கறை கொண்டுள்ளனர். இம்மாதிரியான மக்களை நான் அடிக்கடி சந்திக்கின்றேன். புலி மறைந்துபோய் விடுமோ என அவர்கள் அஞ்சுகின்றனர். அவர்களின் பேச்சில் புலியின் நிலை பற்றிய நம்பிக்கையின்மை தொனிக்கின்றது. “புலிகள் புராதன கட்டிடங் கள் போல, தரைமட்டமாக்கப்படவேண்டியவைகள்தான்” என்று ஹாங்காங்கிலிருந்து வெளிவரும் இதழ் ஒன்று எழுதியது. இத்தகைய சோர்வு மனப்பான்மையில் எனக்கு உடன்பாடு இல்லை. புலியைக் காப்பாற்றவே முடியதா?

விவரமான தரவு கிடைத்தால் கூட அதை ஆதாரமாகக் கொண்டு புலி எதிர்காலத்தில் பிழைத்திருக்குமா அல்லது அற்றுப் போய்விடுமா என்று கூற முடியாது. மனிதர்களின் விருப்பங்களும் நடிவடிக்கைகளும் காட்டின் மீது பெரும் தாக்கத்தை ஏற்படுத்துவதால் புலியின் நிலைமை வருங்காலத்தில் எவ்வாறிருக்கும் என்று கூறுவது கடினம். இன்று நடப்பவையே எதிர்காலத்தைத் தீர்மானிக்கும்.

புலியைக் காப்பாற்றுவது மிகவும் சிக்கலான ஒரு பணி. மனிதர்களின் நடத்தைகளும் சந்தர்ப்பவச மாற்றங்களும் இதை மேலும் குழப்பமானதாக ஆக்குகின்றன. இன்றிலிருந்து நூறாண்டுகளுக்குப் பின் நிலைமை எவ்வாறிருக்கும் என்று யாராலும் கூற முடியாது. ஆனால் இன்று நாம் செய்யும் பணிகளும், செய்யாமல் விடும் வேலைகளும் தான் எத்தனைப் புலிகள் பிழைத்திருக்கும் என்பதை நிர்ணயம் செய்யும். எழுபது ஆண்டுகளுக்கு முன், வேட்டைக்காரரும் இயற்கை வாதியுமான ஜிம் கார்பெட் இன்னும் சில பத்தாண்டுகளில் புலி பூண்டோடு அற்றுப் போகும் என்று அங்கலாய்த்தார். 1960களின் துவக்கத்தில், அறிவியலாளர்களுக்குப் புலிபற்றி ஆதாரப்பூர்வமான தரவு கிடைத்திருந்தால் புலிகள் யாவுமே

சடுதியில் அற்றுப் போய்விடும் என்றுதான் கூறியிருப்பார்கள். எல்லாக் காரணிகளும் அன்று புலிகளுக்கு எதிராகவே இயங்கிக் கொண்டிருந்தன. இந்தோசீனா, சீனா மற்றும் இந்தோனேஷியாவில் கொரில்லாப் போர், உள்நாட்டு பூசல் குடி கொண்டிருந்தது. தென்னாசியாவில் தலைவிரித் தாடிய பஞ்சத்தில் ஆயிரக்கணக்கான மக்கள் மடிந்தனர். உறைவிடங்கள் அழிக்கப்பட்டதாலும் கட்டுப்பாடற்ற வேட்டையாலும், எல்லாப் பகுதிகளிலும் புலி பின்வாங்கிக் கொண்டிருந்த காலமது.

ஆனால் பின்னர் நடந்தது என்ன? ஜாவா பகுதியில், காஸ்பியன் பகுதியில் புலி பிழைத்திருந்தது. அதுமட்டுமல்ல, பல இடங்களில் பஞ்சம், உள்நாட்டுப் போரால் அலைக்கழிக்கப்பட்ட பகுதிகளில் கூட புலி மறைந்து போய்விடவில்லை. மாறாக, அவை பல்கிப் பெருகி 1970களில் எதிர்காலத்தைப் பற்றிய நம்பிக்கையை ஊட்டின.

நான்கு அல்லது ஐந்து பெண்புலிகள் என எண்ணிக்கையில் குறைந்திருந்தாலும், சித்வான், கான்ஹா, ரான்தம்பூர் மற்றும் நாகரஹொளே போன்ற புலிக் காப்பகங்களில் இவை மீண்டெழுந்து இனப்பெருக்கம் செய்தன. இந்த இடங்களில் பணி செய்த வனக்காவலர்கள் சீரான முறையில் பராமரித்திருக்காவிட்டால் இங்கிருந்த சொற்பப் புலிகளும் என்றோ மறைந்திருக்கும். 1993ல் சுமார் பதினெட்டுப் புலிகள் ரான்தம்பூரில் வேட்டைக்காரர்களால் கொல்லப்பட்ட செய்தி பரவியதும், புலி இனி தீர்ந்துவிட்டது என பலர் முடிவுகட்டினர். எனினும் அங்கிருந்த புலிகள் அற்புதமாக பெருகியிருக்கின்றன. அங்குள்ள வனப்பாதுகாப்பு அதிகாரிகள், தங்கள் உயிரையும் பணயம் வைத்து எஞ்சியிருந்த புலிகளைப் பாதுகாத்ததுதான் இதற்குக் காரணம்.

மேற்கூறிய எடுத்துக்காட்டுகளில், சரிவிலிருந்து புலி மீண்டதற்கு அதன் உயிரியல் பூர்வமான தாங்கும் திறனும் ஒரு முக்கிய காரணம். எனினும் மனிதர்களின் பங்களிப்பும் கணிசமானது. தீவிரக் கண்காணிப்பா அல்லது புலியின் வாழிடம் குலைக்கப்படாமல் இருக்க உருவாக்கப்பட்ட புதிய சாகுபடி முறைகளா? எதுவாயிருப்பினும், மனிதரின் செயல்பாடுகள்தான் புலியைக் காப்பாற்றியது. கடந்த நூற்றாண்டில் புலி காப்பாற்றப்பட்டது நாம் எதிர்பார்க்காத நிகழ்வு.

வனப் பாதுகாவலர்கள், அரசு மற்றும் அரசியல் தலைமை இவர்களது கடும் உழைப்பால் புலியின் சரிவு சில இடங்களில் தடுக்கப்பட்டது. ஒரே நோக்கத்துடன் தீர்க்கமாகவும்,

தீவிரமாகவும் நம்பிக்கையுடனும் வனக்காவலர்கள் செயல் பட்டதுதான் புலியை மீட்டது என்று நான் உறுதியாக நம்புகிறேன். இருபத்தியொன்றாம் நூற்றாண்டில் புலி பிழைத்திருக்காவிட்டால் பழி நம்மீதுதான். புலிப் பாதுகாப்பா ளர்களாகிய நாம், தெளிவான திட்டத்துடன், ஈடுபாட்டுடன் செயல்படவில்லை என்றுதான் அர்த்தமாகும். இளம் தலைமுறை காட்டுயிர் ஆர்வலர்களை ஊக்குவிக்காமல் இருந்தால் புலி பிழைக்காது என்று இன்று ஓலமிடுபவர்களின் தீர்க்க தரிசனம் உண்மையாகிவிடலாம்.

நாம் என்ன செய்யலாம்?

புலியைப் பேணிப் பாதுகாக்க வேண்டிய பணிகள் என்ன என்பதை ஏற்கனவே பார்த்தோம். புலிச் சரணாலயங் களை ஏற்படுத்தி, சுற்றிலும் தக்கவைக்கும் சாகுபடி முறை களைச் செயல்படுத்துதல், மற்றும் சந்தை சார்ந்த வணிகத்திற் கும், புலியின் உறைவிடங்களுக்கும் உள்ள தொடர்பைத் துண்டித்தல் போன்ற செயல்களே. மேற்கூறிய செயல்பாடு களுக்கு உள்ளூரிலும் உலக அளவிலும் ஆதரவு திரட்டி நமது இலக்கை அடைய முயலவேண்டும்.

இது ஒரு பெரும் பணி. உலகிலுள்ள எவரும் இந்த முயற்சிக்குக் கை கொடுக்கலாம். பலர் தங்கள் பங்களிப்பை இம்மாதிரி அளித்திருக்கிறார்கள். புலிவாழ் நாடுகளில் பணிபுரியும் அரசு அதிகாரிகள், வனத்துறை அலுவலர்கள், புலியின் உறைவிடங்களுக்கு அருகாமையில் வசிப்பவர்கள் மற்றும் அறிவியலாளர்கள் புலியைப் பாதுகாக்கும் பணியில் நேரடியாக ஈடுபடலாம். மற்றவர்களும் தங்கள் ஆதரவை அளிக்கலாம் – நிதியளிப்பதின் மூலம், ஆதரவு திரட்டுவதின் மூலம், சிறிது நேரத்தையும் உழைப்பையும் ஒதுக்குவதின் மூலம் ஆதரவு கொடுக்கலாம். வரி செலுத்துவோரும், முதலீடு செய்வோரும் இவர்கள் யாவரும் உதவலாம். புலியின் வாழ்விடத்திலிருந்து கிடைக்கும் பொருட்களை வாங்குவோர் கூட அப்பொருட்களை வாங்காமலிருப்பதன் மூலம் இவ்விலங்கின் பாதுகாப்பிற்கு உதவலாம்.

புலியைப் பற்றி அக்கறை காட்டினால் மட்டும் போதாது. அதைப் பேணிப் பராமரிக்க நாம் எடுக்கும் முயற்சிகள் அறிவியல் சார்ந்ததாக இருக்கவேண்டும். இன்றைய ஊடகங் களில் செய்திகளும் கேளிக்கைகளும் மிதமிஞ்சியிருக்கும் நிலையில், எவ்விதமான முயற்சிகள் பயன்தரும், எவை வீண் என்று சொல்வது கடினம். இந்தக் கூற்றை விளக்க இதோ சில எடுத்துக்காட்டுகள்.

புலிகளைக் கூண்டிலடைத்து வளர்க்க இலட்சக்கணக்கான ரூபாய்கள் செலவிடப்படுகின்றன. சீராகச் செயல்படும் ஓரிரு விலங்கியல் பூங்காக்கள் தவிர, மற்ற பூங்காக்களில் புலிகளை வைத்து வளர்ப்பதால், காட்டிலுள்ள புலிகளுக்குப் பயன் ஒன்றுமில்லை. அடைப்பிடங்களில் புலிகளை வளர்ப்பதற்குச் செலவிடப்படும் பெருந்தொகைகளை, காட்டிலிருக்கும் புலிகளின் பிரச்சனைகளையும் தேவைகளையும் தீர்க்கப் பயன்படுத்துவது உசிதமானது. விலங்கியல் பூங்காக்களில் ஏதாவது ஒரு புலி இறந்துவிட்டால் இணையதளம் செய்தி களால் நிரம்பி வழிகின்றது. புலி ஆர்வலர்கள் வெகுண்டெழு கிறார்கள். ஆனால், இந்தக் கோபமும் அக்கறையும் காட்டில் இயல்பாகத் திரியும் புலியின் எதிர்காலத்திற்கு எந்தப் பயனை யும் தராது.

மக்களுக்கான மேம்பாடு, பொருளாதார வளர்ச்சித் திட்டங்கள் என்ற பெயரில் புலியின் உறைவிடங்களைச் சுற்றி மக்கள் வசிக்கும் பகுதிகளில் கோடிக்கணக்கான ரூபாய்கள் செலவிடப்படுகின்றன. இவைகளில் சில புலியின் எதிர்காலத்திற்கும் அவை வாழும் இடங்களுக்கும் தீங்கே பயக்கின்றன. இத்தகைய திட்டங்களை ஆதரிக்கும் செல்வ மிக்க நாடுகளில் உள்ள வரி செலுத்துவோரும், பொருளுதவி செய்வோரும் தாங்கள் கொடுக்கும் பணம் புலியின் வீழ்ச்சிக்கு வழி செய்கின்றது என்பதை அறிந்திருக்க மாட்டார்கள்.

புலிவாழும் காடுகளிலிருந்து வெகுதொலைவில் வசிக்கும் நகரத்து மக்கள் பல்விதமான வனப்பொருட்களை – தேன், ஊதுபத்தி மற்றும் வெட்டுமரம் போன்றவை – பயன்படுத்துகிறார் கள். இந்தப் பொருட்களைப் பயன்படுத்துவது புலியின் மறைவிற்கு ஒரு காரணமாகலாம் என்று எத்தனை பேர் அறிவார்கள்? புலியின் உடற்பாகங்களிலிருந்து தயாரிக்கப் படும் மருந்தை வாங்குவது போலத்தான் இதுவும்.

புலியின் ஒரே வாழிடமான ஆசியக் காடுகளிலிருந்து கிடைக்கும் பொருட்களில் கோடிக்கணக்கான ரூபாய் பெறு மானமுள்ள வாணிபம் செய்து சில வர்த்தக நிறுவனங்கள் பொருளீட்டுகின்றன. பல பொருட்களை – பதப்படுத்திய தானிய உணவு மற்றும் வர்ணப் பூச்சுக்கள் உட்பட – விற்பதற்குப் புலியை ஒரு விளம்பரச் சின்னமாகப் பயன்படுத்துகிறார்கள். சில விதிவிலக்குகளைத் தவிர்த்து, இத்தகைய எல்லா வாணிபங்களுமே புலிக்குத் தீங்கு விளைவிப்பவையாக செயல்படுகிறது. அந்த நிறுவனங்களின் பங்குதாரர்கள் புலியைப் பேணுவதில் அக்கறை காட்டினால், நிறுவன நிர்வாகிகள் ஒருவேளை மனம் மாறலாம்.

எவ்வாறு சில செயல்களும் சில செயலின்மைகளும் புலியின் எதிர்காலத்தைப் பாதிக்கும் என்பதற்கு மேற்கூறியவை சில எடுத்துக்காட்டுகள். கூர்ந்து கவனித்தால் மேலும் சில எடுத்துக்காட்டுகளை நாம் கண்டறிய முடியும். ஆகவே புலி நலனில் அக்கறை கொண்ட ஒருவர் முதலில் செய்ய வேண்டியது இவ்விலங்கைப் பற்றிய அறிவைப் பெருக்கிக் கொள்வது. இதை நான் அனுபவப்பூர்வமாக அறிந்திருக்கிறேன். இதோ அந்தக் கதை.

புலியைக் காப்பாற்றிய கூட்டு முயற்சி

கர்நாடக மாநிலத்தில் உள்ள நாகரஹொளே சரணாலயத்தில் 1980களில் நான் காட்டுயிர்ப் பாதுகாப்புக் கழகத்தின் ஆதரவுடன் புலிகள் பற்றிய எனது கள ஆய்வைத் துவக்கினேன். அந்தச் சரணாலயத்தின் பிரச்சனைகளைப் பற்றி நான் பத்தாண்டுகளாக அறிந்திருந்தேன். அங்கு வனக்காவலராகப் பணியாற்றிக் கொண்டிருந்த கே. எம். சின்னப்பா அவர்களுடன் இணைந்து ஆய்வு மேற்கொண்டேன். 1970களில் அவர் அந்தக் காப்பகத்தில் கடும் முயற்சிகள் எடுத்து, வேட்டைக்காரர்கள், வெட்டுமரம் திருடுபவர், அத்துமீறி மேய்ச்சலில் ஈடுபடுபவர், நில ஆக்கிரமிப்பாளர் இவர்களைத் துணிச்சலுடன் எதிர்கொண்டார். அந்தக் காலகட்டத்தில் புலிகளும் இரைவிலங்குகளும் பல்கிப் பெருகின. ஆனால், உடனிகழ்வாக, சரணாலயப் பணியாளர்களுக்கும் அருகிலுள்ள கிராமவாசிகளுக்கும் பகை மூண்டது. சில சமூக விரோதிகள் இம்மக்களை உசுப்பிவிட்டனர். 1992ல் இந்த விரோதம் முற்றி ஒரு பெரிய கலகம் மூண்டு வனத்துறைப் பணியாளர்கள் தாக்கப்பட்டனர். திரண்டுவந்த கூட்டம் காட்டுக்குத் தீ வைத்தது. இதன் விளைவாக சின்னப்பா பணியை விட்டு விலக நேர்ந்தது.

முன்னர், நான் களப்பணி செய்த காலத்தில், அவர் வனத்துறையில் பணியாற்றிய போது, பக்கத்து ஊர்களிலிருந்து ஆர்வமுள்ள ஒரு இளைஞர் குழுவை உருவாக்கி களப்பணியில் ஈடுபடுத்தியிருந்தோம். 1992இல் நடந்த கலகத்திற்குப் பின் இந்தக் குழு செயலில் இறங்கி குற்றவாளிகளைக் கூண்டிலடைக்க உதவியது. 1993இல் காட்டுயிர்ப் பாதுகாப்புக் கழகம் மற்றும் உலகப் புலி கண்காணிப்புப் படை இவைகளின் உதவியால் காட்டுயிர்ப் பாதுகாப்புப் பற்றிய விழிப்புணர்வு இயக்கத்தைத் தொடங்கினோம். எங்கள் முக்கிய இலக்கு நாகரஹொளேயைச் சுற்றி வாழ்ந்த மாணவர்களும் இளைஞர்களுமே. எங்கள் குழுவின் செயல்பாடுகள் பரவின. வேட்டையிலும் மரம் கடத்துவதிலும் ஈடுபட்ட சமூக விரோதிகளுக்கு மக்களின் ஆதரவு மறைந்தது. இதனால் வனத்துறை அலுவலர்களுக்கு

காட்டுயிர்ப் பாதுகாப்பு சட்ட திட்டங்களை அமுல்படுத்துவது எளிதானது.

புலியின் ஒரு முக்கிய உறைவிடமாக நாகரஹொளே இருப்பதில் ஒரு பிரச்சனை இருக்கிறது. இந்தச் சரணாலயத்திற்குள் நூற்றுக்கணக்கான வறுமையில் வாடும் பழங்குடியினர் வசிக்கின்றனர். பல்லாண்டுகளாக அவர்கள், வசிக்க இடம், மின்சாரம், சாகுபடி செய்ய நிலம் இவற்றை அளிக்குமாறு அரசிடம் கேட்டுக் கொண்டிருந்தனர். இதில் என்ன சிக்கல் என்றால் இத்தகைய வசதிகளைக் கொடுத்தால் சரணாலயம் துண்டாடப்பட்டு காட்டு விலங்குகளுக்கும், மக்களுக்கும் மோதல் ஏற்படும். நிலம் அளிப்பதற்கு சட்டத்திலும் இடமில்லை. இந்தச் பிரச்சனைக்குத் தீர்வு காண 1990களில் எங்களது குழுவினர் –'காட்டுயிருக்கு முதலிடம்' என்னும் பெயரில் – உள்ளூர்ச் சமூக சேவகர்களிடையேயும் அரசியல் தலைவர்களிடையேயும் பேச்சு வார்த்தை நடத்த ஆரம்பித்தனர். அதே சமயத்தில் மாநில மற்றும் மத்திய அரசுகளிடமும் அவர்கள் தொடர்பு கொண்டார்கள். 'காட்டுயிருக்கு முதலிடம்' ஒரு வினையூக்கியாகச் செயல்பட்டு இருநூற்று ஐம்பது குடும்பங்களை சரணாலயத்திற்கு வெளியே குடியமர்த்த உதவி செய்தது. அங்கே அவர்களுக்கு நிலமும் மற்ற வாழ்வு வசதிகளும் செய்து தரப்பட்டன. இந்தத் திட்டம் இன்னும் நல்ல முறையில் செயல்பட்டு வருகிறது.

சரணாலயத்திற்கு அளிக்கப்படும் பாதுகாப்பு, அரசின் நிதிப் பற்றாக்குறையால் சற்றே குறைந்தது. இதனால் புலிகளுக்கு ஆபத்து அதிகமாகியது. அப்பொழுது காட்டுயிர்ப் பாதுகாப்புக் கழகமும், புலி காப்பாற்று நிதியமும் நாங்கள் ஆரம்பித்த கர்நாடகப் புலிப் பாதுகாப்புத் திட்டத்தை ஆதரித்தன. இந்தத் திட்டம் நான்கு உறைவிடங்களில் செயல்பட்டது. இதில் இருபது மோட்டார் வாகனங்கள், மூன்று படகுகள், தொலைத் தொடர்பு உபகரணங்கள், களப்பணிக் கருவிகள் வாங்கப்பட்டன. ஆயிரம் வனத்துறை அலுவலர்களுக்கும் காப்பீட்டுப் பாதுகாப்பு, ஊக்க ஊதியம் மற்றும் பயிற்சி தரப்பட்டது. கர்நாடகப் புலிப் பாதுகாப்புத் திட்டம், வனப் பாதுகாப்பு பற்றிய விழிப்புணர்வை உள்ளூர் மக்களிடையே தூண்டியது. வருங்காலத் தலைவர்களுக்கு விலங்குகள் பற்றிய ஓர் அக்கறையை ஊட்டியது.

புலி பற்றிய என்னுடைய நெடுநாளைய ஆராய்ச்சியைத் தொடர்ந்து செய்யும் பொழுது புலியின் பராமரிப்பில் உள்ளூர்வாசிகள் பெருமையுடன் ஈடுபடுவதைக் காண்கிறேன். உலகின் பல இடங்களிலுள்ள காட்டுயிர் ஆர்வலர்களிடமிருந்

தும் ஆதரவு கிடைக்கிறது. சூழியல் ரீதியான இத்தகைய திட்டத்திற்கு சமூகத்தினரிடமிருந்து பெரும் ஆதரவு கிடைக்கு மென்று நான் நம்புகிறேன். எனவேதான் காட்டில் வாழும் புலிகள் மறைந்துவிடாதென்ற நம்பிக்கை எனக்கு உண்டு. இதற்காக நாம் யாவரும் ஒன்று சேர்ந்து உழைக்க வேண்டும்.

வாசகர்களுக்குப் புலிப் பாதுகாப்பிலுள்ள பிரச்சனைகளை இந்த நூல் விளக்கியிருந்தால், அதனால் அவர்கள் இந்த கம்பீரமான காட்டுவிலங்கின் எதிர்காலத்தில் நம்பிக்கை இழக்காமலிருந்தால் அதுவே எனக்கு மகிழ்ச்சி.

முந்தைய வாழிடத்தில் எஞ்சியிருக்கும் 5 விழுக்காடு காட்டுப்பகுதியில், மனித நடவடிக்கைகளின் தாக்கத்திற்கிடையே, உயிருக்குப் போராடிக் கொண்டிருக்கிறது வேங்கை. © மாயா ராமசாமி.

புலிகள் இருக்குமிடங்களைக் காட்டும் வரைபடம்

புலி பற்றிய விவரங்கள்

வகைப்பாடு

வரிசை	*: மம்மாலியா*
ஒழுங்கு	*: கார்னிவோரா*
குடும்பம்	*: ஃபெலிடே*
பொதுவினம்	*: பாந்த்திரா*
அறிவியல் பெயர்	*: பாந்த்திரா டைக்ரிஸ் (லின்னேயஸ் 1758)*

முதலில் எட்டு உப இனங்களாகப் பிரிக்கப்பட்டிருந்தன. ஆனால் இரண்டு அல்லது மூன்று உப இனங்கள்தான் உண்டு என்று நம்பப்படுகிறது.

இவை டைக்ரிஸ் (ஆசியாவில்), சுமத்ரே (சுமத்ரா தீவில்) மற்றும் விர்கட்டா (மேற்கு ஆசியா, அற்றுப்போனது)

உடல் வாகும் அளவும்

முழு நீளம்	*: ஆண் 270–310 செ.மீ.*
	பெண் 240–265 செ.மீ.
தோள்பட்டை உயரம்	*: 90–110 செ.மீ.*
எடை	*: ஆண் 175–260 கிலோ*
	பெண் 100–175 கிலோ
	சுமத்ரா புலிகள் இதை விடச் சிறியவை

சூழியலும் வாழ்நெறியும்

சினைக் காலம்	*: 103–110 நாட்கள்.*
குட்டிகள் ஈற்று	*: 1 முதல் 7. பொதுவாக 3 குட்டிகள். ஆண்–பெண் குட்டிகள் சம அளவில்.*
தாயைப் பிரிதல்	*: 18–24 மாதங்கள்.*
	காட்டில் ஆயுட்காலம்: 12–15 ஆண்டுகள். வளர்க்கப்படும் போது 20 ஆண்டுகள்

இரை	: ஆண்டுக்கு ஏறக்குறைய 40-50 குளம்பிகள் (ungulates).
	தாய்ப்புலி குட்டிகளைப் பேணும் போது 60-70 குளம்பிகள்.

தமிழ்நாட்டில் புலி: மொழிபெயர்ப்பாளர் குறிப்பு

பண்டைக் காலத்தில் புலிக்கு வியக்கரம், தீவி, சார்தூளம், வரி, உழுவை, வயமா, மிருகாதி, வல்லியம், சித்திரகாயம், தரக்கு என பல பெயர்கள் வழங்கின என்று **உரிமச்சொல் நிகண்டு** காட்டுகின்றது. அண்மைக்காலத்தில், புலி என்ற சொல் மற்ற பெரும்பூனைகளையும் குறிப்பிட பயன்படுத்தப் பட்டிருக்கின்றது – சிறுத்தைப்புலி, சிவிங்கிப்புலி, வரிப்புலி என. வேங்கை என்ற சொல் வரிப்புலியை மட்டுமே குறிக்கும். காட்டில் வாழும் சில பழங்குடியினர் வேங்கையை கடுவன் என்றும் பெருநரி என்றும் குறிப்பிடுகின்றனர்.

சங்க இலக்கியத்தில் வேங்கை பற்றி பல குறிப்புகள் உண்டு. அதன் உறைவிடத்தை சில அகநானூற்றுப்பாடல்கள் வர்ணிக்கின்றன; 'பனியிருஞ்சோலை' (**அகம்** 112) 'தேக்கமல் சோலை' (**அகம்** 251) சோலை என்ற சொல் மழைக்காட்டை குறிக்கின்றது. இதனின்று உருவான shola என்ற ஆங்கிலச் சொல் இன்று ஆக்ஸ்போர்டு அகராதியில் இடம் பெற்றுள்ளது. இரைவிலங்குகளையும் சில பாடல்கள் குறிப்பிடுகின்றன. வேங்கைமரத்தின் கீழ் அதன் மஞ்சள் வண்ண மலர்கள் தரையில் உதிர்ந்து கிடைப்பதைப்பார்த்து, புலியென அஞ்சி குரங்குகள் ஓடின என்று ஒரு பாடல் சொல்கின்றது. மற்றொரு பாடல் வேங்கை, கானகத்தின் ஒரு பகுதியை தனதெனக் கொள்வதைப்பற்றி கூறுகின்றது. 'புலிக்கு தன்காடும் பிறகாடும் ஒக்கும்' என. ஆட்கொல்லிப்புலிகளைப் பற்றியும் சில பாடல்கள் சொல்கின்றன.

இருண்மயங் கியாமத் தியவுக்கெட விலங்கி
வரிவயங் கிரும்புலி வழங்குநர்ப் பார்க்கும்
பெருமலை விடரகம் வரவரி தென்னாய் (**அகம்** 218)

புலியுடன் பொருதி மாண்ட சில வீரர்களின் நினைவைப் போற்ற எழுப்பப்பட்ட வீரக்கற்கள் சிலவற்றை தமிழ்நாட்டில் இன்றும் காணலாம்.

2005ஆம் ஆண்டு வனத்துறை நடத்திய கணிப்பின்படி தமிழ்நாட்டில் 89 புலிகளே உள்ளன. இந்தியாவிலுள்ள 30 புலி பாதுகாப்பு திட்ட சரணாலயங்களில் மூன்று, தமிழ்நாட்டி லுள்ள களக்காடு – முண்டந்துறை. இந்திரா காந்தி தேசியப்

1.8
1.9

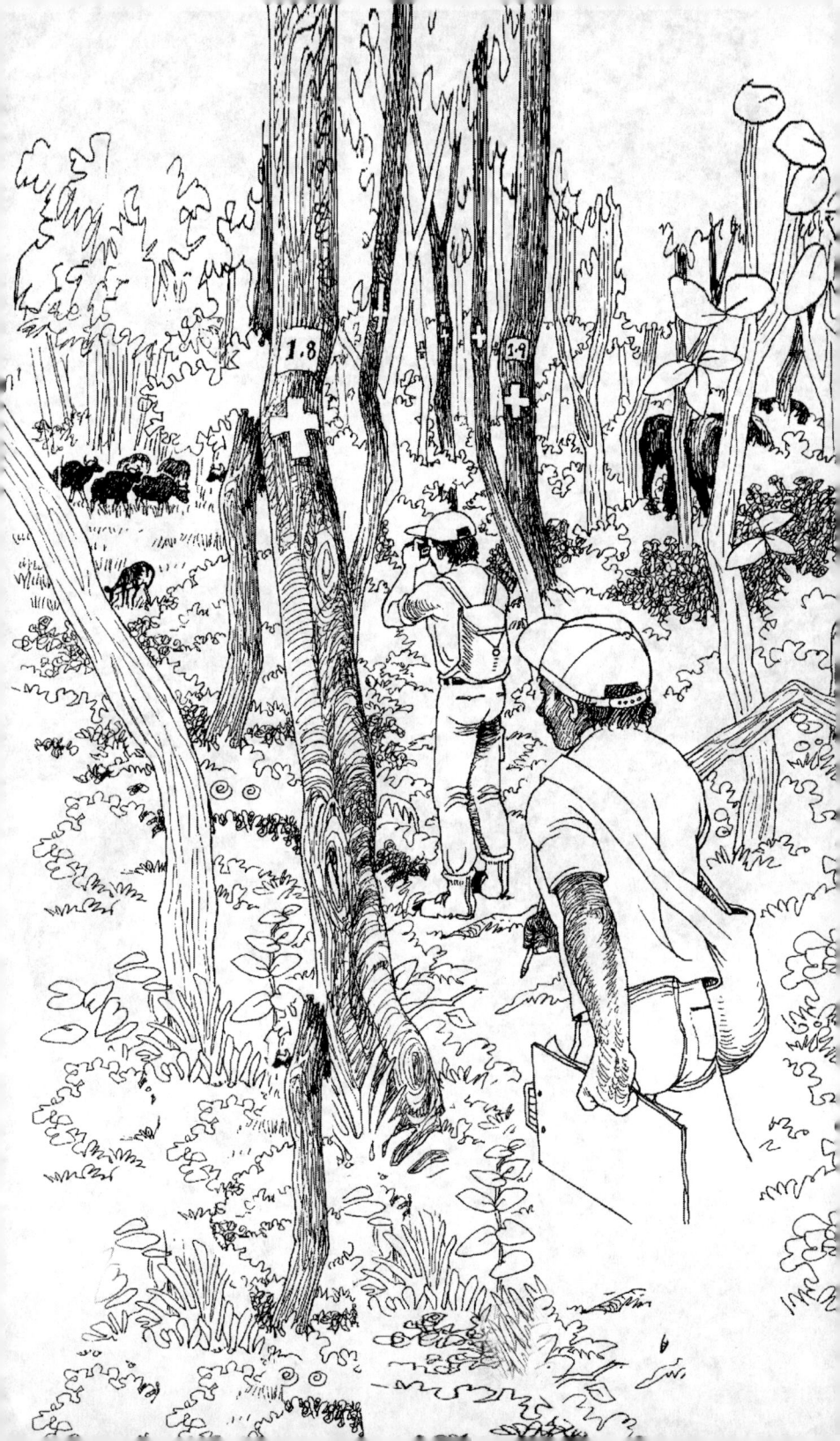

பூங்கா (ஆனைமலை), முதுமலை சரணாலயம். மேகமலை போன்ற வேறு சில இடங்களிலும் ஓரிரண்டு புலிகள் வாழலாம். 1978இல் சேலம் அருகே ஒரு வேங்கையை போலீசார் சுட்டுக் கொன்றது பதிவாகியிருக்கின்றது. பிரித்தானியர் காலத்தில் நீலகிரியிலும் குற்றாலத்திலும் நாங்குனேரிக்கருகிலும் வேட்டை என்ற பெயரால் பல புலிகள் சுட்டுக் கொல்லப்பட்டன.

இந்நூலின் தலைப்பு **நாலடியார்** பாடல் 300இலிருந்து எடுக்கப்பட்டது. 'கடமா தொலைச்சிய கானுறை வேங்கை.' (கடமா – மிளா)

(காண்க: பி.எல்.சாமி. **சங்க இலக்கியத்தில் விலங்கின விளக்கம்**. 1970 கழக வெளியீடு)

வேங்கையைப் பாதுகாக்க செயல்படும் சில நிறுவனங்கள்

காட்டுயிர் பாதுகாப்பு கழகம்	Wildlife Conservation Society, WCS www.wcs.org
உலக இயற்கை நிதியம்	World Wildlife Fund for Nature WWF www.wwf.org
புலி பாதுகாக்கும் நிதியம்	Save the Tiger Fund of the National Fish and Wildlife Foundation and Exxon Mobile Corporation, Washington DC. USA STF www.nfwf.org
அமெரிக்க மீன் மற்றும் காட்டுயிர்ப்பணி	American US Fish & Wild life Service - Rhinoceros and Tiger Conservation Fund. Washington DC http// international fws.gov
21ஆம் நூற்றாண்டு வேங்கை	21st Century Tiger: A Consortium of Global Tiger Patrol and Zoological Society of London. www.zsl.org
பன்னாட்டு இயற்கை வள பாதுகாப்பு நிறுவனம்	International Union for the Conservation of Nature IUCN

பொருளடைவு

அடைப்பிட இனப்பெருக்கம்	22, 137, 138
அலையும் பழக்கம்	69–70
ஆட்கொல்லி	76
இயற்கைக்கான உலக நிதியம்	34, 123, 138
இரை கொல்லி நடத்தை	67–74
இரைவிலங்கின் அளவு	73, 74
இரைவிலங்கு குறைதல்	117–118
இரைவிலங்கைத் தேர்ந்தெடுத்தல்	70
இறப்பு விகிதம்	101, 102
இனச்சேர்க்கை	85–89
இனவிருத்தி	100
ஈற்றின் அளவு	87
உடல் பருமன்	59
உடல் வண்ணம்	59, 60
உப சிறப்பினம்	47, 53–55
உயிர்த்தொகை	13
உயிர்புவியியல்	42, 43
உயிரியல் பூங்கா	55
உறைவிடம்	52, 91–94
எச்சம்	37, 84
ஒலியெழுப்புதல்	83
காட்டுத்தீ	88, 111, 128
காட்டுயிர் பாதுகாப்பு	121–125
காட்டுயிர் பாதுகாப்புக் கழகம்	138, 150
கார்பெட், ஜிம்	32, 77, 146

கால்நடை மேய்ச்சல்	108, 109
குட்டிகள்	13, 14, 74, 84, 87–89, 102, 120
சீன பாரம்பரிய மருத்துவம்	116
செவியுணர்வு	63
தினசரி நடமாட்டம்	69
தொடர்பு முறை	83–85, 92
நெடித் தடயம்	64, 84
பரவுதல்	89–91, 101
பரிணாம வளர்ச்சி	47–49
பல்லுயிரியம்	17, 18, 129
பற்கள் அமைப்பு	61
பன்னாட்டு இயற்கை வளப் பாதுகாப்பு நிறுவனம் (ஐ.யு.சி.என்)	34, 123, 131
பாலின விகிதாசாரம்	92
பிற இரைக்கொல்லிகளுடன் போட்டி	78–79
பிறந்த குட்டிகள் கொல்லப்படுதல்	88
புணருதல்	85, 86
புலன் உணர்வுத்திறன்	62–64
புலி அடர்த்தி	100, 101
புலித்தொகைக் கணக்கெடுப்பு	97–101
புலிப் பாதுகாப்பு நிதி	148, 151
புலி மீட்டெடுப்பு	132–135
புலியாட்டம்	28–29
புலியைக் கண்காணித்தல்	39–43, 131, 138
புலி வணிகம்	116, 117, 130–132
புலி வேட்டை	30, 38, 113, 115, 120
மண்டையோட்டின் அமைப்பு	61, 62
மயிர்ப்போர்வை	59
மனிதருடன் மோதல்	107, 108, 120
விலங்குகளைப் பிடித்து விடுவிக்கும் முறை	43
வெள்ளைப் புலி	22